நஞ்சுண்ட காடு

நஞ்சுண்ட காடு

குணா கவியழகன்

எதிர்
வெளியீடு

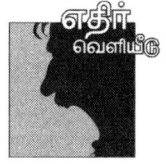

நஞ்சுண்ட காடு
குணா கவியழகன்

முதல் இரண்டு பதிப்புகள்: அகல்
எதிர் வெளியீடு முதல் பதிப்பு: ஜூலை 2024
எதிர் வெளியீடு,
96, நியூ ஸ்கீம் ரோடு, பொள்ளாச்சி – 642 002
தொலைபேசி: 04259 226012, 99425 11302

விலை: ரூ. 250

NancunTa kaaTu
Kuna Kaviyalahan

Copyright © Kuna Kaviyalahan
First Edition: July 2024

Published by
Ethir Veliyeedu, 96, New Scheme Road, Pollachi – 2
Email: ethirveliyedu@gmail.com
www.ethirveliyeedu.com

ISBN: 978-81-19576-55-5
Cover Design: Santhosh Narayanan
Printed at Jothy Enterprises, Chennai.

All rights reserved. No part of this book may be reprinted or reproduced or utilised in any form or by any electronic, mechanical or other means, now known or hereafter invented, including photocopying and recording, or in any information storage or retrieval system, without permission in writing from the Publisher.

குணா கவியழகன்

யாழ்ப்பாணத்தைச் சேர்ந்த குணா கவியழகன் இளம் வயதிலிருந்து போராட்ட அரசியலில் பயணிப்பவர். ஊடகப் பணிப்பாளராக, அரசியல் ஆய்வாளராக, எழுத்தாளராக தமிழ்ப் பரப்பில் நன்கு அறியப்பட்டவர். ஐந்நூறுக்கும் மேற்பட்ட அரசியல், இராணுவ, சமூகக் கட்டுரைகளை எழுதியிருக்கிறார். ஐந்து நாவல்களையும் சில சிறுகதைகளையும் எழுதியிருக்கிறார். 'கடைசிக் கட்டில்' இவரின் ஆறாவது நாவல்.

இலக்கியத் துறையில் தனது முதல் நாவலுக்கு கனடா இலக்கியத் தோட்டம் இயல் விருதைப் பெற்றார். மேலும் காக்கைச் சிறகினிலே விருது, அமுதன் அடிகளார் விருது, வாசக சாலை விருது, தமிழ்நாடு பதிப்பாளர் சங்கத்தின் விருது போன்றன இவரது நாவல்கள் பெற்ற விருதுகள். இப்போது புலம்பெயர்ந்து பிரித்தானியாவில் வசிக்கிறார்.

வாழ்வின் பகுதியொன்று நஞ்சுண்ட காடாகக் காரணமாயிருந்தவர்க்கு முதலில் நான் நன்றி செய்தல் வேண்டும் யார்யார்க்கு நான் செய்தல் வேண்டுமெனில்: என் மௌனத்தைக் கலையாகக் கட்டவிழ்க்க ஜீவசக்தி தந்த என் பிரியத் தங்கை இ.பானுமதிக்கும் நண்பர் அருணாவுக்கும்.

நஞ்சுண்ட காட்டுக்கு உரைதந்து என் படைப்பாளுமையைக் கண்டுபிடித்துத் தந்த மதிப்பிற்குரிய திரு க.வே பாலகுமாரன் அண்ணருக்கு,

நஞ்சுண்ட காட்டை வெளிக்கொண்டு வர பரந்தமனம் பொருட்டு ஊழியம் செய்த அப்பால் தமிழ்ப் பதிப்பக நெறியாளர் கவிஞர் கி.பி.அரவிந்தன் அவர்களுக்கு,

இறுதியாய் எப்போதும் என் பறப்பிற்காகச் சிறகுகள் தரும் என்னில் அன்புற்றிருப்பவர்களுக்கும்.

போரில் சதா உழன்றுகொண்டிருந்த எனக்கு ஓய்வுற்று இருக்குமாறு காலம் ஒரு பொழுதைத் தந்தது.

காலம் என் கைகளுக்குத் தந்த அந்தப் பொழுதை நான் வாழ்வில் அதிகம் நேசித்த மௌனத்தில் கரைந்துபோக வகைசெய்து கொண்டேன்.

அத்தகைய ஒரு பொழுதிலேதான் நல்லூர்க் கந்தசுவாமிக் கோவில் கொடியேறிற்று. அது என் வாழ்வின் பின்னரைப்பகுதியின் தொடக்கத்திற்காகப் பல ஆண்டுகளின்முன் ஒரு காட்டில் ஏற்றப்பட்ட கொடியை நினைவுறுத்திற்று. மேலும் இதுவரை ஏற்றப்படாத எங்கள் விடுதலைக் கொடியும் தன் பறப்பிற்காக என் மனவறையில் சிக்கிப் படபடக்கத் தொடங்கிற்று.

கருவறை வாசல் திறக்கக் கொலுவிருக்கும் கந்தவேலின் ஒளி பீறி வருவது போல மனவறை வாசல் திறந்து நினைவுகள் அலையெறிந்து வந்தன.

காடு வந்தது. என்னில் விஸ்பரூபம் கொண்டது. காட்டிலிருந்து சுகுமார் எழுந்தான். சுகுமார் என்னோடு கதையாடினான். ஈற்றில், சுகுமார் தன் அக்காவைக் கொண்டுவந்து நிறுத்தினான்.

அக்கா கேள்விகேட்டாள். நான் அளித்த எந்தப் பதிலாலும் அவள் அமைதியுறுவதாயில்லை. தான் இன்னும் விடுவிக்கப்படாததற்காக என்னை நிந்தித்தாள்.

இப்படி என் மனவறையின் ஆழத்தே அனந்த சயனத்தில் இருந்த காடும், சுகுமார் அக்காவும் சன்னதம் கொண்டனர். அக்காவின் தீரா நிந்தனையால் நான் வெளிநோக்கிச் சினம் கொண்டேன்.

நிந்தனை பொறுக்கவொண்ணாது காட்டையும் சுகுமாரையும் அக்காவையும் நான் கட்டவிழ்த்து விடாது நரசிம்மம் போலக்

காவல் நின்ற என் மௌனத்தைக் கலைத்து அவர்களைக் கட்டவிழ்த்து விடுவதென முடிவுகொண்டேன்.

பேனா கலைகொண்டு சிரித்தும், சினத்தும், ஆவேசமுற்றும் தாள்களில் கீறியது. நல்லூரில் கந்தன் திருக்கல்யாணம் காணுமுன் நான் கடைசி அத்தியாயத்தில் அக்காவையும் கட்டவிழ்த்து விட்டேன்

விளைவாய், இப்போது நஞ்சுண்ட காட்டில் ஏறி உங்கள் முன்வந்து நிற்கின்றார்கள். அவர்களுடன் நீங்கள் உறவுற்றிருப்பீர்களோ இல்லை, பிரிவுற்றிருப்பீர்களோ நானறியேன்.

புன்னகைக்க ஒரு பொழுதை வேண்டும் அவர் கனவுக்கு நீங்கள் காரியம் செய்வீர்களோ, இல்லை கைகட்டி இருப்பீர்களோ எனவும் அறியேன்.

நீங்கள் அவர்களால் நிந்திக்கப்படக் கூடுமோ. உங்களால் அவர்கள் ரட்சிக்கப்படக் கூடுமோ அதுவும் அறியேன் நான். காலம் எல்லாம் அறியும். காலத்தை யாரால் அறிதல் கூடும்? கட்டவிழ்த்து விடுவதே சிறை வைத்தவனின் கடன்.

இறுதியாய், இல்லாத சுகுமாரின் கல்லறையில் எழுதாத என் கவிதையைத் தருகின்றேன்.

"நண்ப
உன் மரணம் விடுவிக்கப்படாது விடின்
மனுக்குலத்தில் தமிழ்ச் சாதி மண்ணாகிப்போகும் காண்."

குணா கவியழகன்
09.08.2004

இந்நூல்
தமிழ்கூறு நல்லுலகின் துன்பியல் பாடலாய் பாடமாய்
நிலைத்துப்போன முள்ளிவாய்க்காலுக்கு...

வாழ்வின் மிகவும் புதிரான அனுபவங்களைப் பெற்ற முதற்களம். என் தலைமுறை முழுக்க எப்பொழுதுமே - ஒருவேளை ஆயிரம் ஆயிரம் ஆண்டுகளாகவும் இருக்கக் கூடும் - கதை சொல்லக்கூடிய வலிமை தந்த வாழ்வின் தொடக்கம் இன்றுதான். பொழுதைப் போக்கும் ஆர்வமுள்ள வாசகர்களே நீங்கள் போய்விடுங்கள். இந்தக் கதையில் பொழுதா போகும், கிடையவே கிடையாது. வார்த்தை ஜாலங்களை அள்ளிவிசிறும் வித்தையா கற்றேன் - கனவுலகக் கதைசொல்ல? இல்லையந்த வாழ்வைத்தான் கண்டேனா, கேட்டேனா? பாம்பின் விசமே காலநீட்சியில் திரட்சியுற்று திரட்சியுற்று இரத்தினம் ஆகிறதாம். விசமென்றா அழைத்தீர் அதை. இதுவும் வலித்து வலித்து வாழ்ந்த மாந்தனின் கதை. வலியென்றா காண்பீர்? இல்லை விசமென்றா சொல்வீர்? நானறியேன். நீரே அறிவீர் அதை. கதை சொல்லிப் போவதே என் கடன்.

01

கத்தியால் வெட்டியெடுக்கக் கூடிய இருள். "எல்லோரும் இறங்குங்கோ. டேய்! எல்லாரும் இறங்குங்கோடா! காட்டுக்க இனி நடந்துதான் போகவேணும்." 'கன்ரர்' வாகனத்தின் சாரதி கத்தினான். கன்ரரின் பின்புறத்தில் நின்றிருந்த நாம் பதின்மூன்றுபேர் குதித்து இறங்கினோம். ஆளையாள் தெரியவில்லை. சூழ்ந்து ஒரே காடு. ஆகாயம் தெரியவில்லை. நட்சத்திரங்களும் இல்லை. மரங்களிலிருந்து குப்பைமேட்டில் கொட்டான் கொட்டான் நீர்த்துளிகள் விழும் சத்தம் இப்பொழுது கேட்கிறது. ஏனென்றால் உறுமும் அந்த வாகனத்தின் இயந்திரத்தை கன்ரர் சாரதி நிறுத்திவிட்டான்.

"ஊரான்... ஊரான்... ஊரான்... ஊரான்... ஓவர்" சாரதியோடு வந்தவன் 'வோக்கிடோக்கி'யில் கதைக்கிறான் என்பதைப் புரிந்துகொண்டோம். "..." வோக்கியில் வரும் பதிலைத் தெளிவாகக் கேட்க முடியவில்லை. இரைச்சல் மட்டும் மெதுவாகக் கேட்கிறது.

"முறிச்சடிச்ச இடம் வரைக்கும் ஆக்களைக் கொண்டு வந்திட்டன். கையாளைக் குடுத்து ஓராளை அனுப்பு" இவன் கதைத்தான்.

"..."

அங்கிருந்து வரும் பதிலைக் கேட்கமுடியாதது என்னவோபோல் இருந்தது. சாதுவாகக் கூதல் ஓடி நடுங்கியது. மணிக்கூட்டில் வெளிச்ச 'பட்டினை' அழுத்தி நேரம் பார்த்தேன். இரண்டு மணி. இரவு எட்டு மணிக்குத் தொடங்கிய பயணம். இரவு கன்ரரின் பின்புறத்தில் ஏறி வரும்போது கைதடி வெளியில் காற்று முகத்தில் அறைந்து தலைமயிர் பறக்க 'சேட்'

படபடக்க இருந்த உணர்வுக்கும், பின், மழையில் நனைந்து நித்திரையில் தூங்கி வழிந்தபோது இருந்த உணர்வுக்கும், இப்போது இருக்கும் உணர்விற்கும் எத்தனை வித்தியாசம். நனைந்த உடுப்பும் தலையும் அரைப்பதம் காய்ந்துவிட்டது. உடுப்பிலிருந்து நீர் வழியாத ஒருநிலை. இப்பொழுது மீண்டும் மரங்களின் மேலிருந்து ஒழுங்கற்று நீர்த்துளிகள் விழுந்தன. இருட்டின் அமைதி, அமைதியின் ஒலி, யாருடனும் கதைக்கத் தூண்டாத வோக்கிடோக்கி அறிவிப்பு... மறுபடியும் கூதல் ஓடி நடுங்கியது. நடுக்கம் மனதிலும் தெரிந்தது. ஆனால், நான் பயந்தேன் என்று நீங்கள் எண்ணவேண்டாம். நான் பயந்தவன் இல்லை. நானேன் பயப்படவும் போகிறேன்.

நீண்ட நேரத்தின் பின் கையில் லாந்தரோடு ஒருவன் வந்தான். "ஏன்ரா ரோச்சில்லையே?" சாரதியோடு வந்தவன் கடும் தொனியில் கேட்டான்.

"மாஸ்ரர் இதைத்தான் கொண்டுபோகச் சொன்னவர்."

'கையான் எண்டது ரோச்தானாக்கும்' நான் எண்ணினேன். இது எனக்குத் தேவையில்லாத ஆராய்வுதான். என்றாலும் எண்ணினேன்.

"டேய், எல்லாரும் அவனுக்குப் பின்னால நடவுங்கோ." திரும்பவும் அவன்தான் கதைத்தான். பிறகு, டேய், டோய் ஆகியது.

"டோய்! சொல்லுறனல்லே. தமிழீழம் பிடிக்க வெளிக்கிட்ட ஆக்களெல்லே நீங்கள். என்னடா மண்டுறியள்? நடவுங்கோடா."

லாம்பு வைத்திருந்தவன் முன்னால் நடக்க பின்னால் நடந்தோம். அந்தக் கசை இருட்டில் லாம்பு வெளிச்சத்தில் லாம்புதான் தெரிந்ததே தவிர லாம்பால் எதுவும் தெரியவில்லை. ஆனாலும் நடந்தோம் பதின்மூன்று பேரும். கன்ரரில் வரும்போது என்னருகே வந்துநின்ற அதே ஆள் - மெல்லிய, கறுத்த, உயர்ந்த உருவம், கதைக்கத் தயங்கும் பேர்வழி - இப்பொழுதும் என்னருகேதான் வந்துகொண்டிருந்தான்.

சில இடங்களில் காலை நனைத்துக்கொண்டு வெள்ளம் பாய்ந்தோடியது. சில இடங்களில் பெரிய வேர்களில் தட்டுப்பட்டு கால் இடறியது. ஒரு தடவை எனக்குப் பக்கத்தில் வந்த அவன் விழுந்துபோனான்.

"டோய் என்னடா?" இது சாரதியோடு வந்தவன்.

"ஒண்டுமில்லையண்ண."

"நட."

கொஞ்சநேரத்தில் காட்டின் அடர்த்தி குறைந்தது. சற்றுத் தூரத்தில் இன்னும் குறைந்தது. காட்டின் எதிரே சின்ன 'ரோச்'சோடு ஒருவன் வந்தான். "ஆஹா வந்தாச்சா..." என்று சாரதியோடு வந்தவனை ஆர்ப்பாட்டமாக கட்டியணைத்தானவன். இடம் வந்துவிட்டதென்று நான் விளங்கினேன்.

"எங்க... எல்லாரும் ஒண்டா நில்லுங்கோ... இப்பிடி வாங்கோ... ஆ.. ஆ... சரி. அப்பிடி அங்கால இருக்கிற கொட்டிலுக்க போய்ப் படுங்கோ. சாறம் இருக்கோ?"

"ஓமோம்."

"சரி போய்ப் படுங்கோ. விடியக் கதைப்பம்." ரோச்சோடு நின்றவன் சொன்னான். படுக்கும்போது நேரத்தைப் பார்த்தேன் 2:46. படுத்தேன், உறுத்தலாக இருந்தது. தலைமாடு பதிவாகவும் கால்மாடு உயரமாகவும் நிலம் சரிவாக இருப்பதுபோல் இருந்தது. வெளியில் சொல்ல முடியாவிட்டாலும் என் மனம் பதகளிச்சுக் கொண்டுதான் ஏனோ இருந்தது. அதற்கு இதுதான் காரணம் என்று எண்ணினேன். ஆனால், அந்த உறுத்தல் விடுவதாக இல்லை. ஒருவேளை சரிந்துதான் இருக்கிறதோ! மறுவளமாகப் படுத்துப் பார்த்தேன் உண்மைதான் சரிவாகத்தான் இருந்திருக்கிறது. இந்தக் காட்டுக் கொட்டிலுக்குள்ளும் சீமெந்து போட்டு நிலம் இழுத்திருந்தார்கள். இப்பொழுது தலைமாடு உயரமாகவும் கால்மாடு பதிவாகவும் உள்ள சாய்வு சறுக்காத அளவு சாய்வு என்பதால் இதமாக இருந்தது. போதாக்குறைக்குக் கழட்டிய அரை ஈர உடுப்பைச் சுற்றித் தலையணையாக்கிப் படுத்தேன். கால்மாடு போர்த்துவிட அம்மா இல்லை. இனிமேல் அம்மாவும் இல்லை. போர்வையுமில்லை. நினைக்க நெஞ்சின் இடப்புறத்தினுள் மிகச்சிறிய சைக்கிள் 'போல்ஸ்' அளவில் ஓடியதுபோல் ஏதோ இருந்தது.

ஆழமறியாத நித்திரையில் இருந்தபோது சற்று நேரத்திலேயே ஒருவன் வந்து மறுபடி எழுப்பினான். எழும்பவே முடியவில்லை. மற்றவர்கள் ஏதோ புறுபுறுத்துக்கொண்டு புரண்டு படுத்தார்கள்.

நான் விழித்து எழுந்திருந்தேன். என்ன பிரச்சினை என்று விளங்கவில்லை.

"எழும்புங்கோ... எழும்புங்கோ... அடிக்கப் போறாங்கள்." அவனின் குரலில் கெஞ்சல் இருந்தது. நான் திடுக்கிட்டுப் போனேன். மற்றவர்கள் அவனது கெஞ்சலில் வெருண்டிருக்க வேண்டும். எல்லாரும் எழுந்திருந்தார்கள்.

"லற்றுக்குப் போகலாம், வாங்கோ" என்றான் லாம்போடு வந்தவன்.

"எங்க போகோணுமாம்?" என வெருண்டுபோய் நித்திரை கலையாத ஒருவன் கேட்டான். அவன் பயந்துவிட்டான் என்பது தெரிந்தது.

"கக்கூசுக்குப் போகவாம்" என்று அமைதிப்படுத்தினேன்.

"அட."

நான் நேரத்தைப் பார்த்தேன் ஐந்துமணி. ஆனால், சற்றும் விடியவில்லை. சேவல் கூவவில்லை. அம்மன் கோவில்மணி அடிக்கவில்லை. வழமையான எந்தப் புள்ளினமும் ஒலியெழுப்ப வில்லை. மாறாகச் சில ஒலிகள் கேட்டன.

காட்டுக்குள் வைக்கப்பட்டிருக்கிறோம் என்கிற உண்மை நெஞ்சில் அறைய ஏதோ செய்தது. எழுந்து நடந்தேன். மற்றவர்களும் வந்தார்கள். ஒற்றை வழிக் காட்டுப் பாதையூடாகக் கூட்டிச் சென்றான் லாம்புக்காரன்.

ஓரிடத்தில் ஏழெட்டு லாம்புகளின் வெளிச்சம் தெரிந்தது. நாலடி உயரத்தில் மிக நீளமான பெட்டி போன்று மங்கிய வெளிச்சத்தில் ஏதோ தெரிந்தது, பலர் அவ்விடத்தில் கதைத்துக் கொண்டிருந்தார்கள். கிட்டவாகப் போனபோது தெரிந்தது: அதுதான் மலக்கூடமென்று. உரப் பையால் மறைப்புக் கட்டிய மலக்கூடம். பதினைந்து மீற்றர் நீளமிருக்கும். ஒரு மீற்றருக்கொன்றாய்ப் பிரித்திருந்தார்கள். அவற்றுள் இருந்து குறுக்காக மரக் குற்றிகள் இவ்விரண்டு உரப்பைக்கு வெளியே தெரிந்தன. நாலடியுயர மறைப்பு வரும். மேலே மறைப்பு எதுவுமில்லை. எழும்பும் போதும், போகும்போதும் பக்கத்தவர்கள் குந்தியிருப்பது தெரியும். அடைக்கப்பட்ட உரப்

பைகளிலும் பலது கிழிந்து தொங்கியது. காற்று கனதியாக நாறியது.

லாம்புக்காரன் சொன்னான். “இதுக்குள்ளதான் இருக்க வேணும். மரக் குத்தியில்தான் கால்வச்சு இருக்க வேணும். சறுக்கும் கவனம்” என்றான்.

பிறகவன், “இருந்துட்டு வாங்கோ. கழுவுறதுக்கு அங்கால ஒரு கொட்டிலிருக்கு, காட்டுறன்” என்றான். எங்களுக்குள் இருந்த குட்டையானவன் கேட்டான், “அப்ப சாறத்த இடுப்புக்கு மேல தூக்கிப் பிடிச்சுக்கொண்டே அங்க போறது?”

“அது உங்கட விருப்பம்” என்று பதில் வந்தது.

அந்தக் கூட்டுக்குள்ளிருந்து ஒவ்வொருவராக எழும்பி வர வெளியில் நின்றவர்கள் முந்திக்கொண்டு உள்ளே போனார்கள். நின்றதுக்கு முன்னாலிருந்த கூடு சரசரக்க நான் தயாரானேன். அடக் கடவுளே! குள்ளமான ஒருவன் சாரத்தைத் தோளில் போட்டுக்கொண்டு வெறுங்குண்டியோட அநாயாசமாக வெளியே வந்தான். கும்மிருட்டு எதையும் அவதானிக்க அவகாசமில்லை. மற்றவன் நுழைந்துவிடுவான். நான் முந்தினேன்.

வெளியே நின்றபோது அடித்த நாற்றம் ஒரு வகை. ஆனால், உரப் பையைத் தூக்கி உள்ளே நுழைந்ததும் ‘குப்’பென்று அடித்தது நரக நாற்றம். சாரத்தின் தலைப்பை இழுத்து திரட்டி மூக்கைப் பொத்த முடிந்தளவு அதைப் பயன்படுத்தினேன். ‘ஙோய்... ஙொய்ங்... ஙொய்ங்.. ஙொய்..’ என்று மொய்த்துத் தள்ளியது குழவி போன்ற இலையான்கள். கண்ணுக்குத் தெரியவில்லை. சத்தத்தை வைத்துச் சொன்னால் ஓர் ஆயிரம் இலையானாவது சுற்றின. மாடு கழியாய்ச் சாணி போடும்போது நிலத்தில் விழ வரும் சத்தம் மாதிரி, அதைவிட உரப்பாய்க் கேட்கிறது ‘தொப் தொப்’ பென்று. அப்பப்ப இலையான்கள் சில கால்களிலும் முதுகிலும் முட்டிக்கொண்டு போகிறது. அதைக் கலைக்க முற்படவில்லை. முயற்சித்தால் மூக்கைக் கைவிடவேணும். அது முடியாது. என்னால் முடியவே முடியாது. அக்கம் பக்கத்திலிருந்து ஓசைகள் வேறு கேட்கின்றன. ஆனால் அவற்றிற்கு இந்த நாற்றத்தை வெட்டித் தங்கள் மணத்தை நிலைநாட்டும் சக்தி இருக்கவில்லை. வெறும் ஒலிகள்

மட்டும்தான். 'தொப்' சத்தத்தை வைத்துச் சொன்னால் கீழே எட்டடி ஆழம் இருக்கலாம்.

நான் மூச்சை விடப் பயந்தேன். அட, மெய்யாகவே பயந்தேன். மூச்சை விட்டால் மீண்டும் உள்ளிழுக்க வேண்டுமே. உள்ளிழுக்க காற்றா வருகிறது? நரகம். வீட்டில் சின்னக்கா சொல்லித் தந்த மூச்சுப் பயிற்சித் தியானத்தை நான் இங்குதான் முறையாகச் செய்துகொண்டிருக்கிறேன். 'தொப்... னொய்ங்... னொய்ங்... புர்ர்... பர்... னொய்ங்... தொப்...' இந்த ஒலிகளுக்கிடையில் நான் வெளிக்கிட்டதிலிருந்து இரண்டாவது தடவையாகக் கடவுளை நினைத்தேன். பாருங்கள் அம்மாவின் அரியண்டத்தால் தீட்சை பெற்ற நான் எந்தப் 'புனித' இடத்திலிருந்து கடவுளை எண்ண வேண்டியிருக்கிறதென்று. தூக்கிப் பிடித்த சாரத்தால் மூக்கைப் பொத்தி 'அம்மாளாச்சியே நான் என்னண்டுதான் இனி கக்கூசுக்கிருக்கப் போறேனோ' என்றெண்ணக் கண் முட்டியது.

உம்... கூம்... சரிப்பட்டு வராது. பள்ளிக்கூடத்தில் இருந்தபொழுது பகிடியென்று சொல்லித்திரியும் சிறிராஜின் வசனம் நினைவுக்கு வந்தது. 'தம்பி நீ எழுவாய். இங்கிருப்பதில் பயனில்லை...' என்பது. கக்கூசிருக்கும் காரியம் கைகூடி வராது. எழும்பி, கிளப்பிய சாரத்தைக் கீழே விட்டுவிட்டு வெளியே போனேன்.

வெளியில் லாம்புக்காரன் நின்றான். "வாங்கோ கழுவ" என்றான். எதைக் கழுவ...? ஒரு விசரனைப் போல அவனுக்குப் பின்னால் போனேன்.

இதைவிடச் சிறிதாகச் செய்யமுடியாத ஒரு 'கானில்' (ஒரு லீற்றர்) தண்ணீர் எடுத்துக் கையில் தந்து மூன்று பக்கமும் கறுப்புப் பொலித்தீனால் மறைக்கப்பட்ட ஓர் இடத்தைக் காட்டினான். "அங்க கழுவுங்கோ" என்று. அங்கேயும் இரண்டு மரக்குற்றியில் கால் வைத்து இருக்காத கக்கூசை வெறும் பேயனைப் போலக் கழுவினேன். நல்லவேளையாக இருக்காமல் விட்டது. இல்லாவிட்டால் இந்தத் தண்ணியில் எதைத்தான் கழுவுவது?

பிறகு லாம்புக்காரன் கூட்டிக்கொண்டு போய் முகங்கழுவ விட்டான். என்னோடுதான் அந்த ஆள் - வரும்போது பக்கத்தில் வந்தவன் இப்பவும் வந்தான். இப்போதுதான் வெளிச்சத்தில் பார்க்கிறேன். என்னை அவனுக்குப் பிடித்திருக்கும் போல இருக்கு. என்றாலும் எனக்கு அப்படி இல்லை. ஓரல் முகம். ஐதான தலைமுடி. ஏறு நெற்றி. கொஞ்சம் சுருட்டை மயிர்.

கன்ன எலும்புகள் வெளித்தள்ளியிருந்தன. நீட்டுக் கை கால்கள், ஓரளவு கருப்பு, சப்பட்டை நெஞ்சு, என்னோடேயே வருகிறான்.

லாம்புக்காரன் பிறகு குசினிக்குக் கூட்டிச் சென்று தேநீர் எடுக்கக் கோப்பை எடுத்துத் தந்தான். 'பிளாஸ்ரிக்' கோப்பை. ஒறேஞ்ச் கலர். அதன் விளிம்புகள் சொரசொரவென்று சாதுவாகக் கிளம்பி உரிந்திருந்தன. வரிசையில் நின்று எனது முறைவர வாங்கிவந்து குடித்தேன். என்ன வித்தை! பாயாசம் மணத்தது.

சற்று நேரத்தில் பிடித்துவிட்டேன். ஏலக்காயைத் தேத்தண்ணிக்குள் போட்டிருக்கிறார்கள். அதுவும் நல்லதுதான். பிளாஸ்ரிக் மணத்தை அது வென்று தந்தது. குடித்தேன்.

எங்கள் கொட்டிலுக்குள் நாங்கள் இருந்தபோது இரண்டு முறை விசில் சத்தம் கேட்டது. எல்லாரும் ஓடு பாதையின் ஓரத்திலுள்ள மைதானத்திற்கு ஓடினார்கள். நாங்கள் எட்டிப் பார்த்தோம். என்ன செய்ய வேண்டுமென்று தெரியாமல் பதைபதைப்பாக இருந்தது. அவர்கள் வரிசையாக நின்றார்கள். "நாங்களும் போவம்" என்றான் இவன்.

"வேண்டாம் கூப்பிடாமல் போனால் வம்பு" என்றான் இன்னொருவன்.

சற்று நேரத்தில் ஒருவன் வந்தான். "உங்கள் எல்லாரையும் லைனுக்கு வரட்டாம்."

லைன் என்பது மைதானத்தின் வரிசை என்பதைப் புரிந்துகொண்டோம். போய் லைனில் நின்றோம்.

கழுத்தில் கறுப்பு நூலில் விசிலோடும். சிவப்புப் பெட்டி கோடுபோட்ட பழுப்பு நிற சேட்டோடும் இராணுவப் பச்சை ஜீன்சோடும் வெறும் காலோடு ஒருவன் நின்றான். கழுத்தில் இன்னும் இரண்டு மூன்று கருப்பு நூல்கள் சேட்டுக்குள்ளால் சென்றன. ஒரு கை ஜீன்ஸ் பொக்கற்றுக்குள் இருந்தது. சுமாரான உயரம். மெல்லிது அல்லாத உடம்பு. பொதுநிறம். முகத்தில் பரு வந்துபோன அடையாளமாய்க் குட்டைகள் சில. சரித்திழுத்த தலைமயிர். தடித்த முகத் தசை. துல்லியமான பார்வை கொண்ட கண்கள். நிமிர்ந்த தேகத்தோடு பெரு விரலையும் சுட்டு விரலையும் 'எல்' போல நீட்டியவாறு கையசைத்து

வரிசையின் எதிரே நின்று கதைத்துக்கொண்டிருந்தான். இவன்தான் மாஸ்ரராக இருக்க வேண்டுமென்று பட்டது.

இப்ப எங்கள் வரிசைக்கு முன்னால் வந்து எண்ணினான். "ஒன்று, இரண்டு... ஆறு... பன்னண்டு" மீண்டும் எண்ணினான். "இரண்டு, நாலு, ஆறு, எட்டு, பத்து, பன்னண்டு... என்னடா பன்ரண்டு பேர்தானே நிக்கிறாங்கள்?" என்றான் கடுப்பாகவும் பக்கவாட்டாகவும் திரும்பி.

வரிசையில் இல்லாமல் பக்கவாட்டாக நின்றிருந்த ஜீன்ஸ் சேட் போட்ட மற்றவர்களும் எண்ணினார்கள். சரிவரவேயில்லை. பதின்மூன்றை யாரும் உச்சரிக்கவில்லை.

"எங்கேடா ஒருவன்?" கேள்விக்கு யாரும் பதிலளிக்கவில்லை. மீண்டும், "பாரதி பதின்மூன்றுதானே?" என்றான் திரும்பி.

"ஓமண்ணை" என்று பணிவும் பதைபதைப்புமாய்க் கூறினான் பக்கவாட்டாய் நின்றவன். இவன்தான் எங்கள் வாகனத்தை ஓட்டிவந்தவன்.

"எங்கயடா அப்ப ஒருவன்?"

மீண்டும் எங்களைப் பார்த்துக் கேட்டான். "உங்களில் ஒருத்தன் எங்க. கொட்டிலுக்க நிக்கிறானா? தெரியுமா?" பயத்தில் நாம் மௌனமாக நின்றோம்.

"எல்லா இடமும் பாருங்கடா... ஓடு எல்லா இடமும் பாரு..." பக்கவாட்டாக நின்றவர்களிடம் கட்டளைத் தொனியில் சொன்னான். அவர்களில் வெள்ளை ரீசேட் போட்ட ஒருவனைத் தவிர மற்றவர்கள் ஓடினார்கள். எனக்கு ஏனென்று தெரியாது. நெஞ்சு பக்பக் என்று அடித்துக்கொண்டிருந்தது.

தேடப் போனவர்கள் கொஞ்ச நேரத்தின் பின் திரும்பி வந்தார்கள். எங்கேயும் காணவில்லையென்றும் சொன்னார்கள். கண்ணை மேலே செருகிச் சில செக்கன்கள் யோசித்துவிட்டு அவன் ஏனைய விடயங்களைக் கதைத்தான். எங்கள் வரிசையை மட்டும் நிற்கச் சொல்லிவிட்டு இரண்டு விசிலடித்தான். மற்றவர்கள் தங்கள் கொட்டிலுக்கு ஓடினார்கள். பிறகு அவன் எங்கள் வரிசைக்கு எதிரே வந்து நின்று கேட்டான். "டேய்! மற்றவன் எங்கேயென்று ஆருக்கும் தெரியுமா?"

"இல்லையண்ணை."

"அவனோட வந்தவன் ஆரும் இருக்கிறிங்களோ. துலைச்சுப் போடுவன். சொல்லிப் போடுங்கோ."

"இல்லையண்ணை."

"அவனை ஆருக்கும் தெரியுமோ?"

"இல்லையண்ணை."

"டேய்! ஒருவனுக்கும் தெரியாதா..? பொய் சொன்னால் கெட்ட கோவம் வரும்... தெரிஞ்சவன் ஆரும் இருந்தால் இங்கால வா." கோபமாகத் தெறித்தது வார்த்தை.

மௌனமாக நின்றது வரிசை. உற்றுப் பார்த்தான். அவனது முகம் மாறியது. அது சிந்தனைக்குரியதாக இருந்தது. "சரி கொட்டிலுக்குப் போங்கோ நீங்கள்" என்றான்.

பின், காடு முழுக்க ஆட்களை விட்டுத் தேடினார்கள். தேடப் போனவர்கள் மதியம் சாப்பாட்டுக்கு வந்து மீண்டும் தண்ணீர்க்கானுடன் காட்டுக்குள் தேடப் போனார்கள். பின்னேரம் திரும்பி வந்தார்கள். முடிவு இல்லை.

இதற்கிடையில் மத்தியானம் எங்களை மட்டும் படுக்கச் சொல்லி அவர் ஆள் அனுப்பியிருந்தார். அது ஒரு சந்தோசமான விசயமாகத்தான் இருந்தது. ஆனால், இந்த அமளிக்குள் எங்களில் பலராலும் நித்திரை கொள்ளவே முடியாமல் போயிற்று.

வரும்போதே பூநகரி 'ஜெற்றி'யிலோ அல்லது வாகனம் வேகம் குறைந்த ஏதாவது ஒரு முடக்கிலோ அந்த ஒருவன் குதிச்சிருப்பான் என எண்ணினேன். காட்டுக்குள் தடயம் ஏதும் கிடைக்காததால் அவர்களும் அப்படித்தான் நம்பினார்கள் என அடுத்தடுத்த நாட்களில் தெரிந்துகொண்டேன்.

பின்னேரம் லைனுக்குரிய விசிலடித்தது. மைதானத்துக்குப் போனோம். புதிதாக அணிகள் பிரிக்கப்பட்டன. மொத்தம் பன்னிரண்டு அணி. முதலாம் இரண்டாம் கொட்டில் - அணி - சிறியவர்கள். மூன்று நாலு அதைவிடக் கொஞ்சம் வளர்ந்தவர்கள். ஐந்து, ஆறு வளர்ந்தவர்கள். பதினொன்று மட்டும் விசேடமாக முத்திய மனிதர்களாக இருந்தார்கள்.

இப்போது முன்னால் நின்று அவன் கையசைத்துப் பேசினான். "உங்களுக்குப் பயிற்சி முகாம் விரைவில தொடங்கப் போகுது. இனி நீங்கள் சாதாரண ஆக்களில்லை. விடுதலைப் புலிகள், போராளிகள். வீரமும் தியாகமும் உள்ளவர்கள். பயிற்சி முடிந்து வெளியில் போனால் சனங்கள் உங்களை இயக்கப் பெடியள் போறாங்கள் என்று சொல்லுங்கள்..." மனம் எனக்கு ஒருதரம் அந்த இடத்தில் நின்றது. 'இனிச் சனம் உங்களை இயக்கப் பெடியள் போறாங்களென்று சொல்லுங்கள்' இது மனதுக்கு நல்லாய் இருந்தது. உண்மையிலேயே அந்த வசனம் நினைக்க நினைக்க கிளர்ச்சியூட்டிக்கொண்டிருந்தது.

பிறகு அவர் பயிற்சி முகாம் விதிமுறை நடைமுறை பற்றி விளக்கினார். அதில் ஒரு விசில் அடித்தால் என்ன செய்யவேணும், இரண்டு விசிலுக்கு என்ன, மூன்றுக்கென்ன?... அத்துடன் இரண்டு மணி அடித்தால் தேத்தண்ணி. மூன்று மணியடித்தால் சாப்பாடு. லற்றுக்கு - அதுதான் கக்கூசுக்கு - எத்தினை மணிக்கிடையில போகவேணும். பிறகு போகக்கூடாது. அவசரமென்றால் கேக்கவேணும். ஒரு கொட்டிலிலிருந்து இன்னொரு கொட்டிலுக்குப் போகக்கூடாது... இப்படிப்பட்ட விடயங்களை உள்ளடக்கியிருந்தது அந்த உரை. இறுதியாகப் புதிதாக வந்தவர்கள் புதிய அணிப் பிரிப்பில் கலந்து நின்றதால் கையுயர்த்தச் சொன்னார். பிறகு பன்னிரண்டு பேருக்கும் இயக்கப் பெயர் வைச்சார்.

"உனக்குக் காண்டீபன்... ம்ம்ம்... உனக்கு முகிலன்... உனக்கு வைத்தி" இப்ப என்னைப் பார்த்தார். எனது கண்களைப் பார்த்தார். இது எனது முறை. நான் கண்ணை மூடி கடவுளை நினைத்தேன். 'இது எனது புரட்சி வாழ்க்கை நல்ல பெயராய் வரவேணும்' என்று மனதுக்குள் சொன்னேன். அவர் பேசினார்.

"உனக்கு இனியவன்"

பெயர் நல்லாய்த்தான் இருந்ததுபோல் இருந்தது எனக்கு. இருந்தாலும் எனக்கு ஒரு புரட்சியான பெயராக இருந்தால் - கர்ணன், வர்மன், அன்ராஜ் - இந்த வகையறாக்களாக இருந்திருந்தால் கொஞ்சம் கம்பீரமானதாக இருந்திருக்குமே என்று எண்ணினேன். அவனுக்கு -- அதுதான் முதல் சொன்னேனே - அவனுக்கு சுகுமார் என்று பெயர் வைத்தார். அவனும் எங்கட அணிதான்.

எல்லாம் முடிந்து எனது புதிய அணியோடு ஆறாவது கொட்டிலுக்குள் சென்றேன். முதலிலிருந்த கொட்டிலுக்குள் யாரும் இல்லை. இந்தக் கொட்டிலில் நிலமும் மண்தான். விஸ்தாரமும் இல்லை. ஒன்பதடி அகலம் பதினெட்டடி நீளம் வரும். உயரத்தைப் பொறுத்தவரை நடுவில் நிமிர்ந்து நிற்கக் கூடியதாயும் கரையில் கொஞ்சம் குனியவேண்டியதாயும் இருந்தது. இப்படித்தான் பன்னிரண்டு கொட்டில்களும் இருந்தன. ஓடு பாதையைச் சுற்றியிருந்த காட்டு மரங்களுக்கிடையே இவை போடப்பட்டிருந்தன.

கொட்டிலுக்குப் போனதும் நாங்கள் எங்களை ஒருவருக் கொருவர் அறிமுகம் செய்துகொண்டோம். அப்பொழுது ஒரு விடயம் தெரியவந்தது. எங்களுடன் மைதானத்தில் இருந்தவர் மாஸ்ரர் இல்லையென்றும் லைனில் பக்கவாட்டாக நின்றவர்களில் காணாமல் போனவனைத் தேட எல்லோரும் போனபோது ஒருவன் போகாமல் நின்றானே ஓரளவு உயரம், நல்ல சிவலை, மெல்லிய சரித்திழுத்த தலைமயிர், வெள்ளை ரீசேட், முழங்கால் வரை மடித்துவிட்ட ஜீன்ஸ், பளிச்சென்ற முகத்தில் கூர்மையான கண்கள், எடுப்பான தோற்றம், அவன்தான் மாஸ்ரர் என்றும் மற்றவர்கள் சொல்ல அறிந்துகொண்டேன். அவனுக்கு இருபத்து மூன்று வயதிருக்கலாம் போல் தோன்றியது.

மறுநாள் காலை மைதான ஒன்றுகூடலில் வைத்து பயிற்சிக்கான உடுப்பு தந்தார்கள். எல்லோருக்கும் புதிய வெள்ளைநிற பெனியன் ஒன்று. புதிய சாரம் ஒன்று. பல்துலக்க பிறஸ் இல்லாதவர்களுக்கு பிறஸ். நாக்கு வழிப்பான், சோப்கேஸ், பிளாஸ்ரிக் தேத்தண்ணிக் கோப்பை, சாப்பாட்டுக் கோப்பை, சிலிப்பர் இல்லாதவர்களுக்கு பாட்டா சிலிப்பர். காற்சட்டையில்தான் பிரச்சினையாய்ப் போச்சு. அரைவாசிப் பேருக்குப் புதிது. மிச்சாக்களுக்குப் பழைய காற்சட்டையைக் கொதிநீரில் அவித்து மீண்டும் கொடுத்தார்கள். புதியவையெல்லாம் சுருக்கு வைத்த சாம்பல் நிறக் காற்சட்டை. பழையவை அனேகமாக நீளமாக அல்லது மிகக் குட்டையாகத் தொடைவிட்டம் மிக அகலமாக என்று பெரிய சீரழிவாக இருந்தது. அடித்தது அதிஸ்ரம் சிலருக்கு. சிலருக்கு முகம் கோணியது. நான் அதிஸ்ரக்காரன். ‘அவனுக்கு’ முகம் கோணியது. ஜட்டி மட்டும் இவ்விரண்டு. அதுவும் புதிது. கோடுகோடு போட்ட ஒரு மாதிரியான ஜட்டி.

“உங்கடை இதுவரை வச்சிருந்த எல்லா உடுப்புகளையும் ஒன்றும் விடாமல் கொண்டுபோய்க் களஞ்சியத்தில குடுக்கவேணும். விளங்கிற்றோ? இதவிட எந்த உடமையும் உங்களிட்ட இருக்கக் கூடாது. மீறி இருந்தால்... விளங்குதோ?” கடுமையான தொனியில் வசனம் தொங்கியது.

“என்ன விளங்கேல்லப் போல கிடக்கு?”

“விளங்கிற்றண்ணை” நாங்கள் சிலர் கத்தினோம்.

“சிலருக்கு இன்னும் விளங்கேல்லப் போல கிடக்கு?” என்று அந்தாள் திருப்பிக் கத்தினான்.

“விளங்கிற்றண்ணை” காடு அதிர அலையாக எல்லோரும் கத்தினார்கள்.

பொறுப்பாளரின் தொனியின் தோரணையில் எனக்கு ஒன்று விளங்கியது. இந்த விடயம் மிகவும் கடுமையானது போல என்று.

இதுக்குள்ள பக்கத்து அணியில இருந்து ஒரு விசரன் கேட்டான். “எங்கட ‘பாக்’குகளையும் குடுத்தா இத வைக்கிறதுக்குப் பாக்குக்கு என்ன செய்யிறது?” பொறுப்பாளர் அர்த்தப்பூர்வமான முகபாவத்துடன் ஒரு மாதிரியாக அவனைப் பார்த்தார். பிறகு சொன்னார்:

“ஓமென்ன...? பாக் வேணும், ஆராருக்கு பாக் வேணும் கையை உயத்துங்கோ.”

கொஞ்ச விசருகள் உயர்த்திச்சுதுகள். எனக்கு இதுக்குள்ள ஏதோ பிரச்சினையிருக்கு என்று விளங்கிற்றுது. பொறுப்பாளர் துழாவி ஒரு பார்வை பார்த்துவிட்டு, மனதுக்குள் எண்ணி “நாற்பத்தி யொன்பது பேர். மிச்சாக்களுக்குத் தேவையில்லை... என்ன தேவையில்லைத்தானே” பொறுப்பாளர் கேட்கவும் இப்ப எல்லா விசருகளும் ஒவ்வொன்றாய்க் கையை உயர்த்தத் தொடங்கிற்று துகள். கடைசியா ஊரோட ஒத்தோட நானும் தூக்கினன்.

பொறுப்பாளர் கதைச்சார். “எல்லாருக்கும் வேணும் போல. சரி தரலாம். தையல் தெரிஞ்ச ஆக்கள் இருக்கிறியளோ ஆரும்?” கேட்டுக்கொண்டே துழாவிப் பார்த்தார். ஒருவனும் கை தூக்கயில்லை.

"என்ன ஒருத்தனுக்கும் தெரியாதோ?"

"... அண்ணை கொஞ்சம் தெரியும்" என்றான் ஒருவன்; அதுவும் எங்கட அணியில் எனக்குப் பின்னால.

"இஞ்சால வா முன்னுக்கு..."

அதோட சரி. "களஞ்சியத்தில இருக்கிற உரப் பையை வெட்டி 125 பாக் தை பாப்பம். நாளைக்கிடையில தைக்கவேணும். உதவிக்கு ஆள் தரலாம்."

பாக் கேட்ட விசரனால காரியம் கெட்டான். அவன் "குவைத்"தில இருந்து கொண்டுவந்த ஒரு பாக் வைச்சிருந்தான். அந்த பாக் வைத்திருக்கிறதால அவன் தன்னைப் பெருமையாக உணர்ந்தான். அதைக் காப்பாற்றி வைத்திருந்து விலாசம் அடிக்கத்தான் பாக் கதை கதைச்சவன். இதுதான் உண்மை. உண்மையில பாக் எங்களுக்கெண்டு வந்திருந்தது. அதைத் தாறதுக்கிடையில இந்த குவைத் விசரன் காரியத்தைக் கெடுத்திட்டான். இப்ப உரப்பையில பாக். அதைத் தைக்கத் தெரியுமென்று படுபேயன் - இவன் கோபி தைச்ச வள்ளிசுக்கு அதை உரப்பையாயே கொண்டு திரிஞ்சிருக்கலாம் மூட்டையாய்க் கட்டி.

காரியம் கெட்டுது. ஆனால் இதில என்ன ஆறுதல் என்றால் பள்ளிக்கூடம் மாதிரி பெட்டையள் இல்லையென்றதுதான். உரப் பைக்கும் இதுக்கும் பெரிய வித்தியாசம் இல்லை. இவன் கொஞ்சம் சிறுப்பிச்சு பக்கவாட்டாக ஒரு கைப்பிடி போட்டிருந்தான்.

அன்று பின்னேர லைனில ஒரு சந்தோசமான சமாச்சாரம். பொறுப்பாளர் வினோத் அண்ணை சொன்னார். "நாளைக்கு உங்களுக்குக் கொடியேற்றம். பயிற்சி தொடங்குது. நீங்கள் உங்கட உடலையும் மனதையும் ஒரு போராளிக்குரிய தகுதி நிலைக்குக் கொண்டுவரப்பேரியள். இராணுவத் தந்திரங்களையெல்லாம் பழகப்பேரியள். துவக்கால குறி பிசகாமல் சுடத் தெரிஞ்சுகொள்ளப் பேரியள். சந்தோசம்தானே?"

"ஓமண்ணை."

“என்ன கொஞ்சப் பேருக்கு சந்தோசமில்லை போலக் கிடக்கு?” என்று பார்வையால் ஒரு துழாவு துழாவினார்.

இவருக்கு எல்லாரும் காடு அதிர அலையாக ஒரு கத்துக் கத்தாட்டி சந்தோசம் இல்லையெண்டதைப் பெடியள் வலு திறமா விளங்கிற்றாங்கள்.

“சந்தோசமண்ணை” என்று அலையாகக் கத்தினாங்கள்.

அவர் திருப்பி “சந்தோசமண்ணை வீரச் சாவு. என்ர பெயர் வினோத்... விளங்கிச்சா” என்று சொல்லவும் ‘விளங்கிற்றண்ணை’ என்று பலமாகக் கத்தினேன்.

அட! இந்த வெறும் பேயனுகள் ஒருத்தருமே கத்தேல்லை. என்ர குரல் மட்டும் காட்டில் கம்மித் தேய்ந்தது. எப்பிடியிருக்கும்? எனக்கு வயித்தைப் பிசைந்தது. அந்தாள் முறைச்சு ஒரு பார்வை பார்த்துவிட்டு விட்டுட்டுது. தலை தப்பிச்சுது.

“உங்கள் எல்லாருக்கும் துவக்குத் தரப்போறம் இப்ப. என்ன சந்தோசம்தானே” பொறுப்பாளர் கேட்டார்.

“ஓமண்ணை” எல்லாரும் கத்தினாங்கள். நான் கத்தேல்ல. என்ரை பயம் இன்னும் தெளியேல்ல. மற்றது, இந்த விசரனுகள் எப்பக் கத்துவாங்கள் எப்ப கத்தமாட்டாங்கள் என்று தெரியேல்ல. ஆனால், மனதுக்குப் பிடிபடாத சந்தோசம். மற்றவர்களது முகங்களும் பூரித்திருந்தன. பின்ன, துவக்கெண்டால் சும்மாவா! கையில் துவக்கைப் பிடித்தால் அதுக்கொரு தனி வீரம் பிறக்கும். துவக்கு உற்சாகமான சங்கதியாகவும், வலு புழுகமான விசயமாகவும் இருந்தது.

உரப் பையை அகல விரித்து அங்காலும் இங்காலும் இருவர் பிடிக்க நடுவில் பாட்டில் கிடத்தியவாறு இருபது இருபத்தைந்து கொட்டன்களாகக் கொண்டு வந்து போட்டார்கள். அதில் உரப் பையில் செய்த பட்டிகூட ஆணி வைத்து அடிக்கப்பட்டிருந்தது. அதுதான் துவக்கு. முகத்தில் வழிந்த அசடு நாடியில் தொங்கியது. பொறுப்பாளர் ஒரு துழாவு துழாவி எங்களைப் பார்த்தார். வெற்றிப் புன்னகையைக் கொடுப்பில் வைத்திருந்தார். எங்கள் முகங்களைப் பார்ப்பதில் கொட்டன் கொண்டு வந்தவர்களுக்குப் படு உற்சாகமாக இருந்தது.

எல்லோருக்கும் கொட்டன்கள் வழங்கப்பட்டன. ஆக்களின் உயரம், எடை வயதுக்கேற்ப கொட்டன்களின் அளவைத் தெரிந்தெடுத்துப் பொறுப்பாளர் கொடுத்தார். முதலாமவன் கொட்டனை வாங்கும்போது கண்களில் ஒற்றி வாங்கினான். பிறகு எல்லோரும் அப்படியே செய்தார்கள்.

பொறுப்பாளர் அதைப் பராமரிப்பது பற்றி விளக்கினார். அதைத் துவக்கு எனச் சொல்லாமல் கொட்டன் என்று சொன்னால் தண்டனையின் கர்ணகடூரம் எப்படியிருக்குமென்றும் சொன்னார். அதை விட்டுவிட்டு எங்காவது அசைந்தால் அல்லது யாராவது எடுத்தால் துவக்கை ஆமியிடம் கையளித்ததற்கான தண்டனை கிடைக்குமென்றும் சொன்னார்.

பிறகு லைன் முடிந்து கொட்டிலுக்குப் போனோம். எப்படியோ கொட்டன் என்றாலும் இது தந்து கொட்டிலுக்குக் கொண்டு போனபோது மனம் முழுக்க உற்சாகமாக இருந்தது. உடல் கம்பீரமாக இருப்பதாக உணர்ந்தேன். மற்றவர்களும் கொஞ்சம் வழமைக்கு மாறாக நிமிர்ந்துதான் நடந்தார்கள். நாளைக்கு எங்களுக்குக் கொடியேற்றம். பதினாறாம் திகதி. நாளை மறுநாள் நல்லூர்க் கோயில் கொடியேற்றம் என்றதும் நினைவுக்கு வந்தது. பிறகென்ன அரைச் சரிகளும் - அதுதான் பாவாடைத் தாவணிகளும் - நினைவுக்கு வந்துபோயிற்று.

காட்டின் கீழே கிடந்த மைதானம் சிவப்பு மஞ்சள் கொடிகளால் அலங்கரிக்கப்பட்டிருந்தன. விடியற்காலை தேநீர் குடிக்கும் இடத்திற்கு வந்தபோது வெள்ளைநிற ரீசேட்டுகள் மிகவும் மகிழ்ச்சியாகக் குழுமியிருந்தன. அவரவர் எண்ணத்திற்குப் பயிற்சி பற்றி மற்றவர்களுக்கு வியாக்கியானம் செய்து கொண்டிருந்தார்கள். தேநீர்க் கிடாரம் கொண்டுவந்து வைக்கவும் வரிசையாகினர்.

"இன்று முதல் உங்களுக்கு கோர்லிக்ஸ். வாருங்கள் போராளிகளே, இன்று முதல் உங்களுக்கு கோர்லிக்ஸ்." என்றான் தேத்தண்ணி கொண்டு வந்தவன். கோர்லிக்ஸ் என்ற சொல்லை அளவு மீறி அழுத்தி உச்சரித்தான். அதில் நையாண்டித்தனம் இருந்தது. உண்மையில் தந்தது கோர்லிக்ஸ்தான். ஆனால் அவன் சொன்ன தொனிப்பொருள் அதுவல்ல. இன்று முதல்

உங்களுக்கு அலுப்புத் தொடங்குகிறது என்ற சொட்டைத்தனமே அந்த உச்சரிப்பில் இருந்தது.

இரண்டு விசில் சத்தத்தின் பிற்பாடு காட்டின் பயிற்சிக்கான ஓடு பாதையின் ஓரத்தில் இருந்த மைதானத்தில் இளம் போர்வீரர்கள் என்ற உள்ளார்ந்த பெருமிதத்தோடு வெள்ளைவெளீரென்ற ரீசேட்டுகளோடு கையில் கொட்டனுடன் - தவறு - கையில் துவக்குடன் ஒன்றுகூடி நின்றோம். "சங்கே முழங்கு..." என்ற பாடலைக் கொஞ்சம் அதிகமான சத்தத்தோடு போட்டிருந்தார்கள். ஏற்கெனவே காட்டித் தந்தவாறு துவக்கை வலக்கையில் ஏந்தி முன்சரித்து வலக்காலின் விரல்களில் ஊன்றி இடக்கையைப் பின் நாரியில் வைத்து நின்றோம். உயரப்படியான புதிய வரிசையில் - அவன் சுகுமார் இப்பொழுது எனக்குப் பின்னால் நின்றான்.

இப்பொழுதிருக்கும் உணர்வு வாழ்வின் மிகவும் அரிதான தருணத்தில் மட்டுமே வாய்க்கக் கூடியது. பயிற்சி ஆசிரியர் முன்னால் வரிப் புலிச் சீருடையில் இராணுவச் சப்பாத்தணிந்து மிகவும் கம்பீரமாகப் பளீச் என்றிருந்தார். எனக்கும் ஒருமுறை மனதுள் போட்டுப் பார்த்தேன். மற்றவர்களும் அப்படிச் செய்திருக்கக் கூடும். அவ்வளவு எடுப்பாக இருந்தார் அவர்.

சத்தியப் பிரமாணம் எடுப்பது பற்றி சொல்லித்தந்து கொண்டிருந்தார். சற்றைக்கெல்லாம் ஒரு மொட்டை ஜீப் வந்து நின்றது. நால்வர் துவக்குகளோடு பின்புறம் இருந்து குதித்தனர். முன்னிருக்கையில் இருந்து நிமிர்த்திய நெஞ்சோடு ஒருவர் இறங்கினார். நீள்வட்ட முகம். எதுவும் விசேடமாகத் துருத்தித் தெரியாத பரிச்சயமான முகம். பார்வை மட்டும் கொஞ்சம் மேலோங்கியிருந்தது. நிமிர்த்திய நெஞ்சும் மேல்நோக்கிய பார்வையும் கம்பீரமாக இருப்பதாகப் பட்டது. ஒருவேளை அப்படிப் படவேண்டும் என்பதற்காகத்தான் கொஞ்சம் அதிகப்படியாக அப்படிச் செய்கிறாரா என்று சரியாகச் சொல்ல முடியவில்லை. துழாவிப் போராளிகளைப் பார்த்தவாறே முன்னால் வந்தார். சிநேகமான சிரிப்பை எங்களுக்குத் தந்தார். அவரது கண்ணும் கூடச் சிரித்தது. அவர் இறங்கியபோது இருந்த பதட்டம் இப்பொழுது எங்களுக்கு இருக்கவில்லை.

"வினோத் எல்லாம் சரியா? ஆயத்தமா?" என்றார்.

பொறுப்பாளர் இரண்டடி முன்னால் வைத்து பணிவுடன் "ஓமண்ணை" என்றார். அந்த இரண்டடி கூட மரியாதையின் நிமித்தமாகத்தான் வைக்கப்பட்டது.

"இதென்ன கொஞ்சப் பேர் பழைய சோட்சோட நிக்கிறாங்கள். ஏன், என்ன நடந்ததடாப்பா?" என்றார் உடலைத் திருப்பாமல் தலையை மட்டும் திருப்பி.

"சோட்ஸ் வரேல்ல. போனமுறையான் கொஞ்சம் கிடந்து குடுத்தனான். மிச்சம் களஞ்சியத்தில கிடந்த பாவிச்ச நல்லதுகளை எடுத்து கொதி தண்ணியில அவிச்சுக் குடுத்தனானண்ணை" பணிவோடு பதில் சொன்னவர், தவறு தன்னுடையதில்லை என்பதையும் ஆயினும், தான் நிர்வாகத் திறமையோடு நிலைமையைச் சமாளித்துவிட்டதையும் தனது பதிலிலும் தொனியிலும் வெளிப்படுத்தினார்.

"நான் போய்ச் சொல்லிவிடுறன்." என்று மீண்டும் அவர் அதிகாரத் தோரணையில் சொன்னார். அவர்தான் தளபதி. கொடியேற்ற இவர்தான் வந்திருக்கிறார் என்பதையும் நாங்கள் விளங்கிக்கொண்டோம்.

சம்பிரதாயப் பூர்வமான நிகழ்ச்சியோடு கொடியேற்றப்பட்டது. இராணுவச் சம்பிரதாயம். அதுவும் விடுதலைப் புலிகளின் சம்பிரதாயம். அதைப் பின்பற்றுவதில் உள்ளார்ந்த வேட்கை யிருந்தது. அடுத்து, காட்டித் தந்தவாறு சத்தியப்பிரமாணம். நாரியில் இருந்த கையை முன்நோக்கி நீட்டினோம். "எமது புரட்சிகர விடுதலை இயக்கத்தின் புனித இலட்சியமாம்..." காடு அதிர முழங்கினார்கள் போராளிகள். "புலிகளின் தாகம் தமிழீழத் தாயகம்" துப்பாக்கியை மேலே உயர்த்தி மும்முறை கோசமிட்டோம். உள்ளுக்குள் புரட்சி மனம் விசுவரூபம் எடுப்பதாக ஓர் உணர்வு. முன்னாள்களில் எப்பொழுதும் வாய்த்திருக்காத ஓர் உணர்வு. புரட்சி வாழ்வென்ற திருப்பத்தில் ஓர் உணர்வார்ந்த செயல். அதன் ஆன்மா தியாகம்.

பிறகு ஓடு பாதையில் இரட்டை வரிசையில் அணிவகுத்து நின்றோம். முன்னால் பயிற்சி ஆசிரியர் கண்ணன் நின்றார். மனதில் இப்பொழுது பதட்டம் இருந்தது. தளபதி தனது இடுப்பில் இருந்த கைத் துப்பாக்கியை உருவி மேல்நோக்கிச் சுட்டார். சடுதியாகத் 'திக்'கெனத் திகைத்துப்போனோம். அடுத்த கணமே இரட்டை வரிசை ஓடுபாதையில் ஓடத் தொடங்கியதும்

சுதாரித்துக்கொண்டு பின்னால் நின்ற நாங்களும் ஓடினோம். "புலி வீரர் புதுவீரர் உருவாகுகின்றார். புயலோடு போராடும் புலியாகுகின்றார்..." என்ற பாடலை வேண்டுமான சத்தத்தோடு துப்பாக்கி ஓசை கேட்டதும் போட்டுவிட்டார்கள். காட்டின் கீழே இந்தப் பாடலைக் கேட்டுக்கொண்டு சீரான ஓட்டத்தில் ஓடினோம். தாளக்கட்டு மாறாமல் கால்கள் பாய்வதாகப் பட்டது. மனதில் உற்சாகம் பொங்கி வழிந்தது. கம்பீரமும்தான்.

இரண்டாவது சுற்று வந்ததும் தளபதியும் பொறுப்பாளரும் சேர்ந்து முன்னால் ஓடினார்கள். பின்னால் இருபது வரையான ஜீன்ஸ் சேட் போட்டவர்களும் ஓடினார்கள். "...புது யுகம் நாளை பிறந்திடும். எங்கள் புலிக்கொடி காற்றில் பறந்திடும்..." பாடல் இனம்புரியாத உற்சாக இசையில் இருந்தது. அது புரட்சி மனங்களைக் கிளர்ச்சிகொள்ள வைப்பதாக இருந்தது. மனதில் புகுந்து ஆன்மாவை அதன் பலத்தோடு நிமிர்த்தி இருத்தியதாகப் பட்டது.

மூன்றாவது சுற்றோடு நாங்கள் நிறுத்தப்பட்டு மைதானத்தில் வரிசையாக இருக்க வைக்கப்பட்டோம். அட! பயிற்சி இவ்வளவுதானா? முன்னால் ஒரு கதிரைப் போட்டார்கள். பொறுப்பாளர் முன்வந்து "வணக்கம், உங்களுக்குப் பயிற்சி தொடங்கிற்றுது... நான் வந்து... ஏற்கனவே வந்து கதைத்திருக்கிறேன். இனியும் கதைப்பேன்... இப்பொழுது வந்து எமது படையணியின் தளபதி அவர்கள் உங்களோடு உரையாடுவார்." என்று மிகவும் நடுங்கி நடுங்கி பதட்டத்தோடு கைகளைப் பிசைந்து சொல்லிமுடித்தார். அவர் வழக்கமாக இப்படி இருப்பதில்லைதான். ஆனால் தளபதியின் முன் அல்லது ஒரு நிகழ்வின்முன் வார்த்தைகள் பதறிப் பதறி மனிசன் தவித்துப் போனார்.

தளபதி கதிரையில் வந்து இருந்துகொண்டார். மிகவும் சிநேகமான பாவத்தோடு எங்களைப் பார்த்துச் சிரித்தார்; நோட்டம் விட்டார். மீண்டும் சிரித்தார். உள்ளங்கையை ஒன்றுடன் ஒன்று உரசினார். அதே புன்னகையை மீண்டும் தந்தார். நாங்கள் ஆவலோடு அவரையே பார்த்துக்கொண்டிருந்தோம். இத்தகைய சிரமங்களின் பின் வாய் திறந்தார்.

"எல்லாருக்கும் வணக்கம்."

“வணக்கமண்ணை.”

“நீங்கள் விடுதலைப் போராளியாக இணைந்து எங்கள் இனத்திற்காகப் போராட வந்திருக்கிறீங்கள். அதையிட்டு நாங்கள் சந்தோசப் படுறம். இப்ப நீங்களும் போராளி, நானும் போராளி. நாங்கள் எல்லாரும் ஒரே எண்ணத்தோடயும் குறிக்கோளோடயும் வந்திருக்கிறம்; எங்களுடைய வீரமும் தியாகமும் நிச்சயம் எங்கட நாட்டை விடுதலையடையச் செய்யும். எங்களுக்கு முன்னரும் எங்களோடு சேர்ந்தும் போராடிய பல போராளிகள் தங்களுடைய இந்த வீரத்தாலும் தியாகத்தாலும் போராட்டத்தை இந்த அளவுக்கு வளர்த்து உயர்த்தி ஒரு படையாக உருவாக்கித் தந்திருக்கிறார்கள். இந்தப் போராட்டத்தை அடுத்தடுத்த கட்டத்திற்கு வளர்த்துச் செல்கிற ஆக்களாக நீங்கள் இருக்கவேணும். உங்களில பல திறமைசாலிகள், வீரர்கள் இருக்கிறீங்கள். உருவாகுவீங்கள். உங்கள் ஒவ்வொருத்தருடைய பலமும் எங்கட மக்களுக்கும் எங்கட நாட்டுக்கும் அசைக்கமுடியாத உறுதியான பலம் எண்டத நீங்கள் மறக்கக்கூடாது. பதினாறு வயதில பிரபாகரன் என்ற ஒரு சிறுவன் போராட வெளிக்கிட்டது இன்றைக்கு எங்கட இனத்திற்கும் நாட்டுக்கும் எவ்வளவு பெரிய பலம் எண்டதை நீங்கள் நினைக்க வேணும். அவற்ரை தலைமையிலேயே நீங்கள் எங்கட இனத்திற்காக ஒரு பலமான சக்தியாக உங்களை மாற்றிக்கொள்ள வேணும்...”

ஆரம்பத்தில் ஒரு சம்பிரதாய உரைபோன்றே அவரது உரை இருந்தது. ஆனால் அவர் உரை நிகழ்த்திச் செல்லச் செல்ல மிகுந்த உணர்வு மிக்கதாகவும் வீரத்தினதும் தியாகத்தினதும் சாரமாகவும் கண் முன்னாலேயே ஒரு கல்லு பட்டை தீட்டப்பட்ட இரத்தின மாகுவதைக் கண்ட பூரிப்புப் போலவும் எனக்குள்ளேயே அந்த உரை புதிய உற்சாகத்தைக் கொடுத்தது. நாங்கள் புதிய மனிதர்கள் ஆகிவிடுவோமென்று பட்டது. மற்றவர்களையும் பார்த்தேன் கண்களை அகல விரித்து முள்ளந்தண்டை நிமிர்த்தி இமைக்காது அவரது வார்த்தைக்காகக் காது கொடுத்திருந்தார்கள்.

உண்மையில், அவரது உரை மட்டுமே இத்தகைய நிலையை தோற்றுவித்துவிடவில்லைதான். மாறாக, நாங்கள் ஒரு புதிய வாழ்க்கைக்குள் புகுந்து, அந்த வாழ்க்கையை இன்று ஒரு சம்பிரதாயத்துடன் தொடங்கும்போது அதற்கிருந்த

உணர்ச்சியோடு கூடிய இந்தக் கருத்தும் சேர்ந்தே இப்படியொரு நிலையைத் தந்திருக்கவேண்டும். தளபதி தொடர்ந்தார்.

"... இறுதியாக நான் ஒன்றைச் சொல்லி முடிக்கவேணும். போராளிகளே நீங்கள் ஒன்றை மனதில் ஆழமாகப் பதிக்க வேணும். என்னென்றால், நீங்கள் பல்வேறு ஊர்கள், குடும்பங்கள், பள்ளிக்கூடங்களிலிருந்து வந்திருக்கிறீங்கள். உங்களுடைய பழக்கவழக்கங்களும் பல்வேறு மாதிரியானவையாக இருக்கலாம். என்றாலும், இனி நாங்கள் ஒரே குடும்பத்தவர்கள். புலிகளுக்கென்று ஒரு பழக்கவழக்கம், பண்பாடு, ஒழுக்கம், அடையாளம் இருக்கிறது. நீங்கள் அத்தகைய இயல்புள்ள ஒரே குடும்பத்தவர்களாக இந்தப் பயிற்சி முடிந்ததும் இருக்கவேணும்.

"உங்களுடைய தனிமனிதத் திறமை எப்படியொரு இயக்கத்தின் பலமாகவோ, இனத்தின் பலமாகவோ மாறுமோ அப்படியே உங்களுடைய தனிமனித ஒழுக்கயீனங்கள் எமது இயக்கத்தின் பலயீனமாகவும் மாறும். எப்படி உங்கள் தியாகம் போற்றுதற் குரியதோ அப்படியே உங்கள் ஒழுக்கயீனங்கள் மிகுந்த தண்டனைக்குரியது. அனுமதிக்க முடியாதது. என்ன விளங்கிச்சா உங்களுக்கு! இது உண்மையா இல்லையா?"

"உண்மையண்ணை."

"சந்தோசம், இதோட முடிப்பம். ஆ... ஆ... உங்களுக்கு நான் இவர்களை அறிமுகப்படுத்தவேணும். இவர்தான் உங்களுடைய பயிற்சி முகாமின் பொறுப்பாளர். உங்களுடைய பிரச்சினைகளை இவருடன் தாராளமாகக் கதைக்கலாம். இங்கால வாங்கோ கண்ணன். இவர்தான் உங்களுடைய பயிற்சி ஆசிரியர். பெயர் கண்ணன். மற்றது இளமுருகன்..."

தளபதி சொல்லவும் ஒருவன் மற்றவரிலிருந்து இரண்டு மூன்றடி முன்னால் வைத்து நின்றான். அதிக உயரமில்லை. பொது நிறத்தை விடவும் கொஞ்சம் கூடுதல் வெள்ளை. கண்ணனின் வயதுதான் இவனுக்கும் இருக்கும். தலைமயிரை மேவிச் சரித்திருந்தான். வில்லங்கத்துக்கு எங்களைப் பார்த்து வாயின் ஒரு பக்கத்தால் சிரித்தான். மிகவும் சங்கடப்பட்டு நின்றுகொண்டி ருந்தான். சுமாரான அழகன். ஆனால் எந்த விசேடமான ஈர்ப்பும் அவனிடம் இருக்கவில்லை. தளபதி தொடர்ந்தார்.

"...இவர்தான் உங்களுடைய கற்பித்தல் ஆசிரியர். துவக்குகள், தந்திரங்களென்று எல்லாம் உங்களுக்குப் படிப்பிப்பார். மற்றது வலன். வலன், வா இங்கால வெக்கப்படாமல்" என்றதும் வாயெல்லாம் பல்லாக நெளிந்து நடந்து சிரித்தவாறு ஒருவன் வந்தான்.

"இஞ்சால இப்பிடி வா."

மிகுந்த கூச்ச சுபாவம் உள்ளவனோ அல்லது தளபதியின் இந்த அழைப்பினால் கூச்சமுற்றவனாகவோ இருக்கலாம். மெல்லியவன், உயர்ந்தவன், கறுத்தவன், சிரிக்கும் கண்கள். சிறிய இடுப்பு. துடுக்குத்தனம். கலைந்திருந்த தலைமயிர்.

"... இவர்தான் உங்களுடைய துணைப்பொறுப்பாளர் வினோத்தண்ணைக்கு இரண்டாவது. மற்றது உங்களுடைய பயிற்சிகளுக்கு வழிநடத்துநர்களாக அவர்கள் இருப்பார்கள்" என்று பக்கவாட்டாகக் கைகாட்டித் திரும்பினார்.

"தம்பி டேய்! உங்களுடைய பெயர்களைச் சொல்லி அறிமுகப்படுத்துங்கோ" என்றதும் ஒருவரையொருவர் பார்த்துக் கூச்சப்பட்டனர்.

"இஞ்சால வா பகீதரன். இவர் பகீதரன்... ஒவ்வொருத்தரா இங்கால வாங்கோ" ஒவ்வொருத்தராக இரண்டு மூன்று காலடிவைத்துத் தங்களது பெயர்களைச் சொன்னார்கள்; கூச்சத்தோடிருந்தார்கள். "பாலுரையன், துசி, வேதா, சிந்து, வரன்..." பதினைந்து இருபது பேர்வரை வரும். சொன்ன பெயர்கள் உடனேயே மறந்துவிட்டன.

இந்த நிகழ்வு முடிந்ததும் சிற்றுண்டி தந்தார்கள். கேக், லட்டு, சுசியம், வாழைப்பழம், விசுக்கோத்து. மைதானத்தில் வைத்தே மைலோ போட்ட பால் தந்தார்கள். பக்கத்து வரிசையில் ஒருவன் - அவன்தான் அந்த குவைத் விசரன். "டேய் இது எருமைப் பாலடா" என்றான் மெதுவாக. நான் திரும்பிப் பார்த்தேன். பின்னாலிருந்து சுகுமார் பல்லை நெருமினான். "எருமை சத்தம் போடாம குடி"

எங்கள்மீது எவரது கவனமும் இருக்கவில்லை. எம்மவர்கள் இப்பொழுது கலகலவென்றிருந்தார்கள். தளபதியோ பொறுப் பாளர் மாஸ்ரர்மாரோடு அங்கால கதைத்துக்கொண்டிருந்தார். "உலகத் தமிழினமே எண்ணிப்பார். நீ உறங்கினால் வரலாற்றில்

யாருன்னை மன்னிப்பார்...” செல்லப்பாவின் பாடல் ஒலி பெருக்கியில் இசைத்துக்கொண்டிருந்தது. பின்னாலிருந்து சுகுமார் என் தோளில் தட்டினான். “டேய் மூத்திரம் வருது. கேட்கலாம் என்றால் பயமா கிடக்கு.”

அவனுக்குப் பின்னாலிருந்த விசித்திரன் சொன்னான், “நீ பயப்பிடுறதாலதான் மூத்திரம் வருகுதோ தெரியாது. பயப்பிடாம இரு, மூத்திரம் வராது. கேட்கவும் தேவையில்லை.” சுகுமாருக்கு மூவன்னா ஆவன்னாவாகி வந்தது.

மூன்றாம் நாள் பயிற்சியில் கொட்டனை - தவறு - துவக்கை நெஞ்சுக்கு நேரே இரு கைகளிலும் நீட்டிப் பிடித்து இடம், மத்தி, வலம் எனக் கைக்குப் பயிற்சி நடந்தபோது, - அது மிகவும் கடினமாகத்தான் இருந்தது. கையின் மூட்டுத்தசையைச் சுண்டி வில்வில் என்று இழுத்தது. எங்கள் வரிசையில் ஐந்தாவதாக நின்ற கோபி - அவனைத்தான் உங்களுக்குத் தெரியுமே தையல்காரன். திடீரென மயக்கம் போட்டு விழுந்தான். பயிற்சியில் அசையக் கூடாது என்பது கண்டிப்பானது. ஆனாலும் மனம் ‘திக்’ என, திரும்பிப் பார்த்தேன். மாஸ்ரர் கட்டளையிட்டுக்கொண்டே நடந்து வந்தார். “வன், ரூ, த்திறி, வன், ரூ, த்திறி...” நாங்களும் செய்துகொண்டேயிருந்தம்.

அவனுக்குக் கிட்டவந்ததும் “... ரூ, த்திறி” ஓங்கி கைத் தடியால் விட்டார் ஒரு அடி. அதைப் பார்த்துக்கொண்டே செய்து கொண்டிருந்தவர்களுக்குத் திகில் எழும்பியது. மயங்கிக் கிடக்கிறவனுக்கு அடிக்கிறானே! அடக் கடவுளே!

“வன், ரூ, எழும்படா” இலக்கம் எங்களுக்கான கட்டளையாகவும் வசனம் அவனுக்கான கட்டளையாகவும் இருந்தது. ரீசேட்டின் நெஞ்சுப் புறத்தில் பொத்திப் பிடித்துத் தூக்கி நிறுத்தினான் அந்த மாஸ்ரர். கோபி காலை வலுவின்றி ஊன்றி ஒருவாறாக நின்று தலையைப் பக்கவாட்டாகப் போட்டான். “... த்திறி, வன், ரூ..” அப்படியே கோபியை இழுத்து வரிசையில் விட்டான் மாஸ்ரர்.

“செய்யடா, மயக்கம் எங்க வருது பாப்பம்.” அவன் கையைத் தூக்கி இயலாமல் மெதுவாக அசைத்தான். “வன், ரூ” மாஸ்ரர் அடுத்த விசுக்கு விட்டான் குண்டியில். இப்பொழுது அவன் ஓரளவு செய்யத் தொடங்கிவிட்டான்.

“மயக்கம் வந்தால் கையை உயத்து வாறன்” சொல்லிவிட்டு மாஸ்ரர் முன்னால் நடந்துகொண்டே சொல்லிக்கொண்டு போனான்; “வன், ரூ, த்திறி.” எனக்கு வயிற்றைப் பிசைந்தது. இன்னும் அதிகமாக வேர்த்தது.

அன்றைய பயிற்சி முடிந்ததும் கொட்டிலுக்குப் போய்க் குந்தியிருந்தோம். கோபி குந்தும்போதே சிரித்துக்கொண்டு சொன்னான். “விடமாட்டான்கள்போல கிடக்கு.” அவன் சொன்ன தோரணையில் சுற்றியிருந்தவர்கள் சிரித்தார்கள்.

“கையுக்க வலிச்சுது, கையக் கீழ விட்டால் பிரச்சினையாய்ப் போய் அடிப்பாங்களோ தெரியாதெண்டுட்டு மயங்கிப் பாப்பம் எண்டு கீழ விழுந்தன். அட, அறுவார் தண்ணிதெளிப்பாங்கள் அதோட கண்ணைச் சாதுவா பூஞ்சித்திறந்து அருண்டு எழும்பிறதெண்டும் அதோட வெளியில கொண்டுபோய் இருத்துவான்கள் எண்ட பிளானோடதான் கண்ணைமூடி படுத்திருந்தனான். அறுவார் குண்டியில அடிக்கிறாங்கள். திகைச்சுப் போனன். எழும்பிறது சரியோ, அப்பிடியே படுத்திருக்கிறது சரியோ எண்டு முடிவெடுக்கேலாமல் போச்சு... ச்சா.”

சிரிப்பும் திகைப்புமாய் இருந்திச்சு. வேதநாயகம் சொன்னான், “பேப்பூழல் நி.. நி.. நீய் வேணுமெண்டே விழுந்தனி.”

சுகுமார் சொன்னான், “எனக்கும் ஏலாமல் போட்டுது. இப்பிடியே வாத்தி ஒண்டு இரண்டு எண்டு சொல்லிக் கொண்டிருந்தால் என்ன செய்யிறது? மயங்கி விழுவம் எண்டு நான் யோசிச்சு வைச்சிருக்க முந்திக்கொண்டு காரியம் நடந்திது. ஆனால் இவன் உண்மையா மயங்கிற்றான் எண்டுதான் நினைச்சன். அடியோட வயிறு கலங்கிப்போட்டுது. பிறகு இவன் எழும்பி நிக்க எனக்கு விளங்கிற்று. இது என்ர கேஸ்தானெண்டு.”

காலைச் சாப்பாடு முடித்துக்கொண்டு திரும்பிவந்து கொட்டிலுக்க அடுத்த விசிலுக்காகக் காத்துக் கொண்டிருந்தோம். ஒருவன் வந்தான்.

“மயங்கி விழுந்தவன் உங்கட கொட்டில்தானே?”

“...”

ஏங்கிப்போய் வந்தவனைப் பார்த்தோம்.

“மாஸ்ரர் வரட்டாம்.”

கோபி எழும்பி காடேறிப்பேய் கூட்டிப் போன மாதிரிப் போனான்.

கோபி சொந்த இடம் ஆனைப்பந்தியடி. யாழ் மத்தியக் கல்லூரியில வர்த்தகப் பிரிவு உயர்தரம் படித்துக்கொண்டிருந்தவன். பள்ளிக்கூட கிறிக்கற் ரீமில இருந்தான். எப்பொழுதும் கலகலவென்றிருப்பான். மெல்லிய தோற்றம். ஓரல் முகம். மேவி இழுத்த தலைமயிர் முகத்தை இன்னும் ஒல்லியாக்கியிருந்தது. தெரியாவிட்டாலும் அறிந்திருந்தால் போதும் வேலை தெரியுமெண்டு இறங்கிவிடுவான். அண்டைக்குத் தைக்க வெளிக்கிட்டதும் அப்பிடித்தான். ஆனால், கடைசியாக உதவி செய்தவர்களுக்காக அவன் அடித்த ‘பாக்’குகள், சுமாரான வடிவத்திற்கு வந்துவிட்டனதான்.

கோபி திரும்பி வந்தான். முகம் வெளுத்திருந்தது. கொட்டிலுக்கு உள்ள வந்ததும் வாய்விட்டுச் சிரித்துக்கொண்டே “கோடிக்க கதைச்சது கொழும்புக்குப் போயிற்றுது” எண்டு சொல்லிக் கொண்டே இருந்தான்.

“என்ன நடந்தது மச்சான்” என்றான் ஒருவன்.

“வாத்தி கேட்டான், மயங்கிப் பாத்தன் எண்டு சொன்னியாம். தந்த மருந்துக்கு உடன தெளிஞ்சுது பாத்தியோ? எல்லாத்துக்கும் என்னட்ட மருந்திருக்கு. ஒண்டுக்கும் யோசிக்காத” எண்டு சொன்னவன்; அதோட விட்டானே, துவக்கக் கீழ போட்டதுக்குப் பின்னேரம் வினோத் அண்ணேட்ட சொல்லிற்று இருநூற்றம்பது தோப்புக்கரணம் துவக்க உயத்திப் பிடிச்சுக்கொண்டு அடிக்கச் சொன்னான்... நான் என்ன செய்ய. மயங்கிறதெண்டால் துவக்கக் கீழ போட்டால்தானே சரிவரும் எண்டு நினைச்சன்.” சிரிப்பு வரேல்லை. கொட்டிலுக்க மௌனம் நிலவிய அந்த செக்கனில் “அட, காத்திகேசு அதுக்கிடேல என்னண்டடா கதைபோனது” என்றான் மூலையில் முழங்காலில் நாடியைக் குத்திவைத்திருந்த சுகுமார்.

“பயிற்சி முகாமிலேயே முதல் பிழை செய்து தண்டனை வாங்கினது எங்கட அணிதான். எவ்வளவு அவமானம் எங்கள்

எல்லாருக்கும்?" வேதநாயகம் சொன்னான். இவன்தான் எங்கட அணிக்குத் தலைவனாக நியமிக்கப்பட்டவன்.

சுகுமாருக்குப் பக்கத்தில இருந்த விசித்திரன் வெடுக்கெண்டு, "இந்தப் பயிற்சி முகாமிலேயே முதல் காட்டிக் குடுத்தவன் எங்கட அணிதான். இது அதவிடப் பெரிய அவமானம் எங்கள் எல்லாருக்கும்." என்றான்.

விசித்திரன்ர கதையே எப்பவும் இப்படித்தான் இருக்கும். ஆனால் இந்தக் கதையில வேதநாயகம் முகம் வெளிறிப்போனான். விசித்திரன் எல்லாரையும் ஒரு பார்வை பார்த்து வேதநாயகத்தில கொண்டு வந்து நிப்பாட்டினான். பிறகெழும்பி வெளியில போனான். என்னைத் தட்டிவிட்டுச் சுகுமாரும் எழும்பிப் போனான்.

வெளியில் சுகுமார் கேட்டான். "அவன் லீடர். நீ ஏன்ரா திருப்பிக் கதைச்சனி?"

"அவன்தான்ரா காட்டிக் குடுத்தது." விசித்திரன் சொன்னான். இருக்கலாம். சாப்பாட்டிடத்திற்கு வேதநாயகம் மட்டும் எங்கட அணியில பிந்தித்தான் வந்திருந்தான். தவிரவும், அவன் விசித்திரனுடைய பார்வையில குறுகிப்போனதையும் நான் கண்டன். ஒருவேளை, தனக்குத் தரப்பட்ட பதவிக்கு விசுவாசம் காட்டுவதாக நினைத்து இதைச் செய்திருக்கலாம்.

சுகுமார் சொன்னான். "சரியான கோணங்கி மடயன். காட்டிக் கொடுப்பவன் என்று வாத்தி இவனையும் எடை போட்டு வைச்சிருக்கும் எண்டதை யோசிக்கேல்லையே."

"வாத்தியும் ஒரு மடையன் எண்டால்...?" விசித்திரன் கேள்வியைத் தொங்கவிட்டான்.

"முத்தெடுக்கிறதெண்டால் மூச்சடக்கித்தான் ஆகவேணும். வா போவம்." சொல்லிக்கொண்டு சுகுமார் நடந்தான்.

வேதநாயகத்திற்குச் சொந்த இடம் மானிப்பாய். மானிப்பாய் இந்துக் கல்லூரியில் கலைப் பிரிவில் உயர்தரம் படித்தவன். எங்கள் அணியில் வயதுக்கு மூத்தவனும்கூட. ஆனால் நம்பேலாது. இருபது வயதுதான் மதிக்கலாம். ஆனால், இதைவிட ஏழு வயதுகூட. எங்கள் அணியில் கடைசியில் நிற்கவேண்டிய உயரம். அணித்தலைவன் என்பதால் பல சமயம்

முன்னுக்கு நிற்கிறான். சரியான ஒல்லி. தோள்பட்டைக்குக் கிட்டவா முதுகு கூனலாகத் தெரியும். நெஞ்சின் நடுப் பகுதி மிக ஆழமாக உட்பதிந்திருக்கும். தோள் அகலம் குறைவு. நீளமான கால்கள். சிறிதாக ஒரு கீழ் வண்டியும் இருக்கு. கொஞ்சம் நீளமான முகம். கண்களில் மஞ்சள் தன்மை மண்டியிருக்கும். இதைவிட விசேடமானது கொன்னைதட்டிக் கதைப்பதுதான்.

இவன் வெளிநாடு போகக் கொழும்பில் அலைஞ்சு, பின் மலேசியா, தாய்லாந்து என்று திரிஞ்சு பிறகு மொஸ்கோ, செஸ்னியா எல்லாம்போய் கடைசியில, பாரின் என்ற நாட்டில் வைத்து திருப்பியனுப்பிப் போட்டாங்கள். ஏஜென்சிக்காரன் ஏமாத்திப் போட்டான். வீட்டுக்காரர் கட்டுடையில் இருந்த ஒரு காணியை ஈடுவைத்து நகைநட்டையும் அடைவு வைச்சுக் கொடுத்த காசெல்லாம் பாழ்.

இவனுக்கு அதைப் பற்றியெல்லாம் கவலையில்லை. இன்னும் சொன்னால், பல நாடுகளையும் சுற்றித்திரிந்த பெருமிதம்தான் இவன்ர பேச்சில் வெளிப்பட்டது. தனக்கு மற்றவர்களைவிட அதிகம் தெரியும் என்றதைக் காட்டுறதுதான் இவனுடைய விசேடமான சுபாவம். குறிப்பா, வாத்திமாருக்குப் பொறுப்பாள ருக்குக் காட்ட கொஞ்சம் கூடுதலான ஆர்வம் இருக்கும். பயிற்சி முடியவும், தனக்கொரு பெரிய பொறுப்புநிலை கைத் துப்பாக்கி, மோட்டார் சைக்கிள் சகிதம் கிடைச்சிட வேண்டுமென்றதுதான் இவன்ர இப்போதைய இலட்சியம். விசரன் அதை நம்பவும் செய்தான். எங்களுக்கு ஒன்றுமட்டும் விளங்கவில்லை: இவனையேன் முதல் அணித் தலைவனா அவங்கள் போட்டாங்கள் என்று. விசித்திரன் அதற்குச் சொன்ன விளக்கம்தான் வலு திறம். 'இவனுக்குப் போஸ்ட் குடுக்காட்டி திரும்பிப் போடுவான் என்றது அவங்களுக்குத் தெரியும்.'

இவன் விசித்திரன் ஒரு விநோதமான பேர்வழி. தோற்றம் சாதாரணமானதுதான். அவன்ர கதைதான் எப்பவும் விநோத மாயிருக்கும். அதிகம் கதைக்காதவன். பிரச்சினையென்று வந்தால், சர்ச்சையென்று வந்தால் அவன் சொல்லும் விளக்கங்கள், வியாக்கியானங்கள், விமர்சனங்கள். விநோதமாயிருக்கும். மற்றவர்களால் எதிர்த்து ஒன்றையும் சொல்லமுடியிறதில்லை. அடிக்கடி மெய்மறந்து யோசித்துக்கொண்டிருப்பான். சுகுமாருடன் ஒட்டும்,

மற்றவர்களோடு அதிகம் போகாது. இவன் சொல்வது சிலசமயம் பலருக்கு விளங்கிறதில்லை. சுகுமாருக்கு விளங்கும்.

அரும்பிய மீசை. இளவயது. சரித்திழுத்த மிருதுவான தலைமயிர். பொதுநிறம் அல்லது கொஞ்சம் வெள்ளை. மெல்லிய உடம்பு. மற்றவர்களை நோண்டி நொங்கு எடுத்துவிடக்கூடிய கண்கள். ஒதுங்கல் சுபாவமுமில்லை அரட்டைச் சுபாவமும் இல்லை. இரவில் எழுதத் தெரியாதவர்களுக்குக் கையெழுத்து வைக்கப் பழக்கிறான். பாடம் சொல்லித்தருவான். இவன்மீது எல்லாருக்கும் பிரியம். வேதநாயகத்திற்கு மட்டும் கண்ணில காட்டக்கூடாது.

பயிற்சி நாள்கள் மெல்லக் கழிந்தன. பெரிதாக எந்தக் குளறுபடியும் நடக்கவில்லை. பயிற்சி முடிந்ததும் தண்ணி குடிக்கக்கூடாது என்றதுதான் பெரும் சிரமமாக இருந்தது. மற்றது விசேசமாகப் புட்டு. கட்டி கட்டியாக இருக்கவேண்டிய புட்டு தட்டுத்தட்டாக இருந்தது. அதைச் சாப்பிடுவதே பெரிய போராட்டம்தான். எல்லாத்தையும் விட மிகப்பெரிய பிரச்சினை நித்திரை. அதுதான் இப்போதைய மகா துக்கம். எழும்பும் நேரம் 4.30 என்று ஆக்கிவிட்டார்கள். உடம்பின் அசதிக்கு நித்திரை துளியும் போதவில்லை. ஒருநாள் இரவு வேதநாயகம் எங்களிடம் கேட்டான், “நித்திரை நேரத்தை அரைமணித் தியாலம் கூட்டச்சொல்லி எல்லாரும் கேட்பமே” என்று. விசித்திரன் ஒன்றும் கதைக்கயில்லை. உரப் பையில செய்த பாக்கைத் தூக்கி முன்னால போட்டான். முதல்ல சுகுமார்தான் அடக்கேலாமல் சிரித்தான். பிறகு எல்லாரும் சிரித்தம். லீடர் வேதநாயகத்திற்கு அது பிடிக்கேல்ல.

பயிற்சி மூன்றாம் கிழமையை முடித்து முன்னேறக் காத்திருந்தது. வதைபடும் கட்டம் வந்துவிட்டதாகப் பெடியள் கதைத்தாங்கள். பயிற்சி எடுக்கிற பல பெடியளுக்குப் புண் வரத் தொடங்கிற்று. பயிற்சியிலயும் பிறகு வேலையிலயும் வந்த சின்னச் சின்னக் காயங்கள், புண்ணாக்கிற்றுது. அது இலேசில மாறேல்லை. காட்டுப்புண் மாறாதென்று சீனியர்ஸ் சொன்னாங்கள். எங்கட அணியிலயிருந்த நாகேந்திரனுக்கு வலதுகாலில பெரிய புண். அதை விடக் கொஞ்சம் சின்னனிரண்டு மற்றக்காலில. அதுகளால சீழ் வடியத் தொடங்கிற்றுது. அதால, அவன் கொட்டிலுக்க இருந்தா மற்றவர்கள் எழும்பி வெளியில் போகத் தொடங்கினாங்கள். வெளியில இருந்தால் உள்ளுக்க

வருவாங்கள். சாப்பாட்டிடம், விளையாட்டிடம், வகுப்புக் கொட்டில் என்று எல்லா இடத்திலயும் மற்ற அணிப் பெடியளும்கூட இப்படித்தான் அநேகமாக நடந்தார்கள்.

இந்தக் காலத்திலதான் மழைபெய்ஞ்சுது. வாரத்தில ஒருநாள் குளிப்பு வாழ்க்கை. மழைச்சேறு, மழைக்கென்று வந்த இலையான் கூட்டம். நாகேந்திரன் ஒருநாள் மருந்துகட்ட பயிற்சிமுகாம் காட்டுக்குள்ள இருந்த மெடிசிக்குப் போன சமயம் கதை பரவிச்சுது. நாகேந்திரனுக்குப் புண்ணில புழுவைச்சிட்டுது என்று.

எங்கட கொட்டிலுக்கு வேதநாயகம்தான் கதையைக் கொண்டு வந்தவன். "நாகேந்திரனுக்கு பு..புப்..புழு வைச்சிட்டுதாம் வேசமோன்ர" என்றான்.

ஒருத்தரும் நாகேந்திரனிட்ட கேட்கயில்லை. இப்ப, இன்னும் தூர விலகினாங்கள். இரவுப் படுக்கைக்கு அவனுக்குப் பக்கத்தில் ஒருத்தரும் படுக்க விரும்பயில்லை. இந்தப் பிரச்சினை வேதநாயகத்திற்குத் தன்ர லீடர் அதிகாரத்தைக் காட்ட வாய்ப்பாப் போச்சு. நாகேந்திரனுக்குத் தெரியாமலே ஒரு 'ரேண்' போட்டான் வேதநாயகம். அதாவது, நாகேந்திரனுக்குப் பக்கத்தில் படுக்கிறதுக்கு ஒரு சுற்றுமுறை. வேதநாயகத்திற்குத் தான் ஒரு அசலான மார்க்கத்தைக் கண்டுபிடிச்சதா சந்தோசம்.

சுகுமார்தான், கொட்டிலுக்க இரவு நாகேந்திரன் தன்ர புண்ணைச் சுற்றித் தடவிக்கொண்டிருக்கக் கேட்டான். "நாகேந்திரன் ஏன்ரா புண்ணில புழுவச்சிட்டுதா" தணிஞ்ச குரலில உருக்கமாகத்தான் கேட்டவன்.

அவன் "அதுக்கென்ன இப்ப. உனக்குப் புழு வேணுமா?" என வெடுக்கென்று பாஞ்சான். மற்றாக்களுக்கும் கோபம் வந்திச்சு.

சுகுமார் பத்து செக்கன் அமைதிக்குப் பிறகு, "இல்லையடா கேட்டனான்" என்றான் அதே தொனியில. ஆனால், கேட்கேக்க எச்சில் தொண்டைக்குள்ள கரகரத்திது.

அதுக்குப் பிறகு சுகுமார் நாகேந்திரனுக்குப் பக்கத்திலதான் எப்பவும் படுத்தான். சாப்பிடுற இடம், வகுப்புக்கொட்டில் என்று எல்லா இடமும் அப்பிடித்தான். மற்ற பெடியன்களுக்கு இது சந்தோசம். ஆறு மணித்தியாலத்திற்கு ஒரு குளுசையென்று போடச் சொல்லி மெடிசின்காறன் மருந்து கொடுத்திருந்தவன்.

நித்திரை நேரத்தில வாற ஒரு குளூசையை நாகேந்திரன் போடுறதில்லை. வழமையாக மூன்றுதான் போடுறவன். இதுக்குப் பிறகு, இந்த இரவில குளூசை நேரத்தில உள்ள சென்றிக்காரனை அந்த நேரம் தன்னை எழுப்பச் சொல்லிச் சொன்னான் சுகுமார். அந்த நேரம் எழும்பி நாகேந்திரனை எழுப்பிக் குளூசைக் கொடுத்திட்டுப் படுப்பான். ஆனால், இப்பவும் பெரிய நட்பென்றில்லை. குறிப்பா விசித்திரனோட, என்னோட பழகிற மாதிரிகூட அவன் நாகேந்திரனோட பழகிறதில்லை.

நான் கேட்டன், "ஏன்ரா சென்றிக்காரனிட்டையே நாகேந்திர னுக்குக் குடுக்கச் சொல்லி மருந்தைக்குடன். பிறகேன் நீ தேவையில்லாமல் எழும்பி பிறகு அவனை எழுப்பிற?"

"மச்சான், சிலவேளை சிலர் அவனை எழுப்ப மறந்திட்டால் அவனுக்கது புண்ணை விடப் பெரிய வேதனையாய்ப் போயிடும். உண்மையா மறந்திட்டாக் கூட இவன் மறந்திட்டான் என நினைக்கமாட்டான்; தன்னில வெறுப்பிலயோ, அரியண்டத்திலேயோ தராமல் விட்டுட்டான் எண்டு நினைப்பான். பார் நீ, அவன் இது வரையிலயும் ஆரையும் கேக்கேயில்லையே! ஒருக்கா எழும்பிப் படுக்கிறதில என்ன வந்திடப்போகிது?" இந்தப் பதிலில நான் நெக்குருகிப் போனன். இந்தப் பயிற்சி முகாமில நித்திரை என்றது சாதாரண விடயமில்லை. இந்த உலகத்திலேயே ஆகப் பெரிய அதிர்ஷ்டம் நித்திரையாகத்தான் இருந்திது. அதுவும், இப்பவெல்லாம் இரவில 'அலேட்' விசில் ஊதத் தொடங்கிற்றாங்கள். அதனால இரவில விசிலுக்கு எழும்பி ஓடவேண்டியும், அதுக்காக அடிவாங்கவேண்டியும், குறித்த நேரத்தில் வராமை, பொருள் தவறியமை என்றதுக்காக இரவுத் தண்டனை வாங்க வேண்டியுமிருந்தது. இந்தக் காலத்தில பார்த்தால் நித்திரை என்றது ஒரு வரம்.

அதோட இன்னுமொன்று நடந்தது. கிச்சினுக்கு - அதுதான் குசினிக்கு - தண்ணி அடிக்கிற முறை. மற்றது 'லற்றுக்கு' தண்ணிஅடிக்கிற முறை. இந்த வேலைதான் இதுவரையும் பயிற்சி வாழ்க்கையைப் பொறுத்தவரைக்கும் நரக வேதனையாக இருந்தது.

மிக ஆழமான காட்டுக் கிணறு. அங்கயிருந்து குசினி வரைக்கும் இரண்டு பெரிய 'லொக்ரீயுப்பில' தடியில கட்டித் தூக்க வேணும். காலமை பத்து மணிக்குத் தொடங்கினால் பின்னேரம் ஆறுமணி வரைக்கும் தொடர்ந்து அடிக்கிற வேலையிருக்கும். லற்றுக்கு அடிக்கிற முறைக்குப் பின்னேரம் மூன்று மணி தொடக்கம் ஐந்து மணிவரைக்கும் அடிக்கிற வேலையிருக்கும். முதல் ஐந்து அணியையும் தவித்தி, மிச்சம் ஏழு அணிக்கும் கிழமைக்கொரு குசினித் தண்ணி முறையும் ஒரு 'லற்' தண்ணி முறையும் வரும்.

எங்கட அணியில நாகேந்திரனின் முறைவர சுகுமார், வேதநாயகத்திட்ட சொன்னான், "நான் அவன்ர முறையைச் செய்யிறன்."

"அப்ப உன்ர முறையை யார் செய்யிறது?"

"அத நானே செய்வன்."

வேதநாயகம் மேலும்கீழும் பார்த்துவிட்டு பேசாமலிருந்தான், படட்டும் என்பதுபோல. ஆனால் நாகேந்திரன் மறுத்திட்டான். "இல்லை அதை நான் செய்வன்" என்று அடம்பிடிச்சான். பிறகு சுகுமார் கண்டிப்பாய்க் கதைச்சான், "நீ பாரம் தூக்கினியெண்டா உந்தப் புண் இரத்தம் கசிஞ்சு கசிஞ்சு மாறாது. அதோட மருந்துக்கட்டும் அவிழுது பார்த்தனிதானே? மற்றது, தண்ணி எப்படியும் படும். தண்ணி படாமல் உன்னால நாள் முழுக்கத் தூக்க முடியுமோ? முதல்ல புண்ண மாத்து. இல்லாட்டி இனிவாற பயிற்சியில நீ செத்தாய்."

அவன் தன்ர மறுப்ப இப்பக் குறைச்சாலும் ஒத்துக்கொள் ளேல்லை. சுகுமார் கடைசில என்னைக் கூப்பிட்டு விட்டான். "இவனுக்கு விளங்கேல. இனிவாற பயிற்சியில புண்ணோட கிடந்து துலையப்போறான் பேயன். இவனுக்கு வடிவாச் சொல்லு" என்றான்.

நான் கதைச்சு கடைசியில, "சரி இப்ப அவன் உன்ரையும் சேர்த்து தண்ணியடிக்கட்டும். புண் மாறினா பிறகு அவன்ரையும் சேர்த்து நீ செய்து குடு" என்றன். ஒருவாறா இதுக்கு எடுபட்டு சமாதானம் அடைஞ்சு சம்மதிச்சான்.

சுகுமாருக்கு அந்தக் கிழமை தொடர்ந்து நாலுநாள் தண்ணி யடிச்சதோட தோள்பட்டையில தோல் சாதுவா உரிஞ்சிட்டுது.

அதை நான்தான் கண்டது; நாகேந்திரனுக்குத் தெரியாது. நான் ஒன்றைச் செய்யிறன் என்று கேட்டன். அதுக்குச் சுகுமார் சம்மதிக்கேல்ல.

“நாகேந்திரனை ஒப்புக்கொள்ள வைச்சதுக்குச் சமரசம் பேசினது நான்தான். இப்ப நான் அடிக்காட்டி ஒப்புக்கொள்ள வைச்சதுக்குத் தகுதிகெட்டவன் எண்டு வந்திடும். வேணுமெண்டா நாகேந்திரன் என்ர முறையைப் பிறகு செய்யட்டும்.” என்றேன்.

“அட அவனுக்கு விட்டதத் திருப்பி எனக்கு விடுற என்ன!” சொல்லிச் சிரிச்சுப்போட்டு சம்மதித்தான். அதுவும் லற்றுக்கு மட்டும் அடி என்ற நிபந்தனையோட.

ஆனாலும் தோள்பட்டை உரிஞ்சு அவனுக்கு அது புண்ணாக்கப் பார்த்தது. அவன் அது காய்ச்சுப்போடும் புண் வராதென்றான். ஆனால், விசித்திரன் விடேல்லை. அந்தக் கிழமை மட்டும் கிச்சின் தண்ணியை விசித்திரனே அடிச்சான்.

அதோட இந்தப் படிச்ச விசரன் - விசித்திரனை எங்கள் மட்டத்தில் இப்படிச் சொன்னம் - தண்ணி தூக்க ஒரு புத்திசொன்னான். அதாவது காஞ்சகொட்டனுக்குப் பதிலா நல்லநீளமான பச்சைத் தடியில நடுவில தண்ணி ரியூப்ப கட்டுறதுக்குப் பதிலா இரண்டு நுனியிலயும் கட்டி நடுவில நின்று தூக்க வேணுமென்று. அது பாரத்தில வளைஞ்சு வளைஞ்சு துள்ளும். துள்ளல் மேல் பக்கமாக இருக்கேக்க தோளில பாரம் விழும். கீழ்ப்பக்கம் அழுத்தேக்க மட்டும் தோள்ள பாரம் விழாது. அப்படிப் பார்த்தால் நீ ஐஞ்சு மணித்தியாலயம் தூக்கினால் இரண்டரை மணித்தியாலம்தான் தோளில அந்தப்பாரம் இருந்திருக்கும் எனச் சொன்னான். விசித்திரன்ர கதையைக் கேக்க புதினமாத்தான் இருந்திது. அவன் தூக்குக்காவடி பக்தர்களும் இதாலதான் ஆடுறவை. ஆடாமல் போவினமோ என்று சொன்னான். செய்து பார்த்தம் சரியென்று தெரிஞ்சுது. பிறகு கொட்டிலுக்கை வந்து - விசித்திரன் அதுக்குப் புவியீர்ப்பை வைத்து அது எப்படித் தூக்குப்படுகிறது எண்டதற்கு ஒரு விளக்கம் சொன்னான். ஆனால், எனக்கு அது சரியாக விளங்கேல்லை.

ஞாயிற்றுக்கிழமை இரவில நிகழ்ச்சி போடுறது வழக்கம். நிகழ்ச்சிக்குத் தேவையான சாமானை அந்தச் சனிக்கிழமை

லைனில வினோத் அண்ணை கேட்டர், "வேப்பிலை வேணுமண்ணை" என்றான் சுகுமார்.

"ஏன்ரா வேப்பிலை, உரு ஆடப்பேரியே சுகுமார்?" வினோத் அண்ணை கேட்டார்.

"இல்லையண்ணை வேணும்."

பொறுப்பாளர் வேப்பிலையையும் எழுதிக்கொண்டார். லைன் முடிச்சு வரேக்க நான் கேட்டன்.

"வேப்பிலையில என்னடா நிகழ்ச்சி போடப்போற சொல்லேலையே?"

"வேப்பிலையை வைச்சு இனித்தான் நிகழ்ச்சியை யோசிக்க வேணும்." என்றான் ஒரு விநோத பாவத்துடன்; கொட்டிலுக்கு வந்ததும் சுபா கேட்டான். "மச்சான் வேப்பிலையில என்னடா போடப்போறாய்? சொல்லேலையே?"

"அது ஒரு சாமான் மச்சான்."

"அந்தச் சாமான் எனக்குத் தெரியும். நீ எனக்கு விடாத."

"என்ன சொல்லு பாப்பம்?"

"விடுதலைக் காளிதானே?"

"அட, ஓமட அந்தக் காளிதான்." அவன் 'அந்தக் காளிதான்' என்று உச்சரித்த தொனியில எனக்கு விளங்கிற்று. உவன் இதை நினைக்கேல்லை. ஏதோ புருடா விடுறான் என்று.

"நான் போடோணும் என்று நினைச்சுக்கொண்டு இருக்க நீ கேட்டுட்டாய்" என்றான் சுபாஷ்.

"நீ போடுவியோ?"

"திறமா செய்வன். ஊரில மாணவர் அமைப்புப் பொறுப்பாளர் நிமலனிட்ட பரிசும் வாங்கினான்."

"அப்ப நீ போட்டு ஒரு கலக்குகலக்கி எங்கட அணிக்கு விலாசம் எழுப்பிவிடு" இதைக் கேட்டுக்கொண்டிருந்த எனக்கு தலைபுழுக்காத குறை.

வந்த வேப்பிலைக் கொப்பில குருத்துப் பக்கங்களை முறிச்சு எடுத்தான் சுகுமார். பொலித்தீன் பை எடுத்துவந்து அதில்

சுற்றிவைத்தான். நுனிக்குருத்தைக் கிள்ளி ஒவ்வொருநாளும் நாகேந்திரனுக்குச் சப்பித் தின்னக் கொடுத்தான். அதுக்குக் கீழ உள்ளதைக் கிள்ளி வைச்சு குத்திக் கசக்கி மருந்து கட்டுற நாளில மத்தியானமே புண்ணைக் கழுவி புண்ணிலை அந்தச் சாற்றை விட்டு புண்ணைக் காயவிட்டான். நாகேந்திரனுக்கு இரவில கடுமையாக் காய்ச்சல் காயுதெண்டு நானும் விசித்திரனும் பொய்சொல்லி மூன்றுநாள் பயிற்சியிலயிருந்து விடுவிச்சம். அடுத்தகிழமை முடிவில பெரும்பாலும் புண் காஞ்சுபோட்டுது.

ஆனாலும், பயிற்சிப்பொடியள் புண் நாகேந்திரம் என்றுதான் சொன்னாங்கள். அவங்கள் அப்படிச் சொன்னதற்குப் புண்ணிருந்ததுதான் காரணமில்லை. அது ஒரு சாட்டுத்தான். நாகேந்திரன் ஒரு காட்டிக்கொடுப்பான் பேர்வழி. மற்ற அணிக்காரரையும் காட்டிக்கொடுப்பான். அதால அவனில எல்லாருக்கும் ஆத்திரமிருந்தது. அதால தூசணத்தின்ர முன்பகுதியா ‘புண்’ணை நினைச்சு, அதை அடைமொழியாக்கிப் புண் நாகேந்திரம் என்றாங்கள் பெடியள். காலப்போக்கில புண் நாகேந்திரம் சுருங்கி புண்ணா என்று வந்திட்டுது.

விசித்திரன்தான் சரியா எடைபோட்டவன். அவனைப் பார்த்தா காட்டிக்கொடுக்கிற பேர்வழியாத் தெரியேல்லை. புண்ணால அவனை எல்லாரும் வெறுக்கிறதாலதான் அவன் ஒதுங்கியிருக் கிறதோட இப்படியும் செய்யிறான். புண்வேதனையும் மற்றவங்களால வெறுக்கப்படுற வேதனையும்தான் அவனைக் காட்டிக் கொடுக்கிறவனா மாத்திற்று என்று சொன்னான்.

அது உண்மையாய்த்தான் இருக்க வேணும். ஏனென்றால், நாகேந்திரன் இப்பவெல்லாம் அப்படியேயில்லை. அன்பான கண்களை முகத்தில வைத்திருந்தான். புண்ணா யாழ் சென்பற்றிக்ஸ் கல்லூரியில் படித்தவன். கணிதப் பிரிவு உயர்தரம். சில்லாலைதான் சொந்த இடம். பலாலிப் பிரச்சினையால இடம்பெயர்ந்து யாழ் பிரதான வீதியில வாடகைவீட்டில குடும்பம் இருந்தது. தாய் ரீச்சர். மூன்று பெண் சகோதரங்கள். இருவர் இவனுக்கு இளையவர்கள். இந்த இலட்சணத்திலயும் தாய் இவனைக் கத்தோலிக்கப் பாதிரியாராய் சேர்க்கிற கனவிலதான் இருந்துவந்தா. பிறந்தவுடனையே அப்படி நினைச்சிட்டாவாம். கத்தோலிக்கக் குடும்பம்; கடுமையான மத நம்பிக்கை.

இவன் பார்க்க ஒல்லியாக, சிவலையாக இருந்தான். மேவித் தலையிழுத்திருந்தான். ஆனாலும், அது மேவி நிற்கமாட்ட னெண்டுட்டுது. இப்பதான் பிரச்சினையில்லையே. போன கிழமை எல்லாருக்கும் முடி மொட்டை போட்டாச்சு. மழை பெய்ததால மழைத் தண்ணி தலையில நின்று வருத்தம் வருமென்றுதான் இந்த நடவடிக்கை என்று பொறுப்பாளர் சொன்னார். ஆனால், கோடையிலும்கூட மொட்டை போடுறதுதான் வழமையாமென்று கேள்விப்பட்டம். மொட்டையும் ஒரு ஒழுங்கான மொட்டையில்லை. காரணம் வெட்டத் தெரிந்தவங்கள் இல்லை. இவன் விசரன் தையல்கார கோபிதான் தலைவெட்டத் தெரியுமென்று இப்படிப் பண்ணினான்.

சுகுமார் முந்தி பார்க்கக் கூடியதாய் இருந்த நிலைமாறி இப்ப மொட்டையால் மோசமாய் வந்திட்டான். ஆனாலும், விசித்திரனும் நாகேந்திரனும் இப்ப சுகுமாரோடு நல்ல ஒட்டு.

காலமை பத்து மணி. இடைச் சாப்பாடு பழந்தண்ணி. சுகுமார் தன்ர நீளக் காலைக் கொஞ்சம் முன்னுக்கு நீட்டிக் குந்தி இரண்டு முழங்கைகளையும் சரிய நிறுத்தி, ஏந்திய கோப்பையில பழந்தண்ணி அடிச்சான். மொட்டையும் இருந்தகோலமும் - பார்க்கிறவங்கள் சிரிச்சுக்கொண்டு போனாங்கள். தான் ஒரு ஜாம்பவான் என்பதுபோல அவன் சிரிச்சுக்கொண்டிருந்தான். லீடர் வேதநாயகம் வந்தான். இவன் இப்ப லீடர் இல்லை. ஆனால், அப்படிக் கூப்பிட்டால் அவனுக்குக் கோபம் வரும். பதவி பறிபோனதென்றதைக் குத்திக்காட்டுவதாக அவன் நினைப்பான். அதனாலதான் பெடியளும் அப்படிக் கூப்பிடுறாங்கள்.

"மச்சான் லீடர் நாயகம், என்ன பாக்கிறாய்? பாக்க முறாளாய் இருக்கேர் என்ர லுக்?" என்றான் சுகுமார்.

"ஓமோம் இ.. இப்பதான் உன்ர கௌபீனத்தை வடிவா எ...எ... எடுத்துக்காட்டுது." அவன் சொல்லிக்கொண்டு போனான். சுகுமார் இல்லாத கொலரை இழுத்து விட்டுக்கொண்டு என்னைத் திரும்பிப் பார்த்தான் ஒரு பகிடியான மிடுக்குத் தோற்றத்துடன்.

"கௌபீனம் என்றால் என்னடா சுகுமார்?" என்றான் விசித்திரன் ஒரு மாதிரியாக முகத்தைத் திருப்பிவைச்சு.

"அதுதான்ரா... என்ர கௌபீனத்தை எடுத்துக்காட்டுதென்டால் விளங்கேலையே?" என்றான் வாயின் ஒரு பக்கத்தை மேலே தூக்கி.

முன்னால இருந்த பாலன் சொன்னான், "பரதேசி! உன்ர லுக் உன்ர கோவணத்தை எடுத்துக் காட்டுதெண்டு சொல்லிப்போட்டுப் போறான்ரா குனிஞ்சு பார்."

சுருங்கிப் போச்சு சுகுமாரின்ர முகம். குனிஞ்சு பார்த்தான். றோஸ்கலர் கட்டை 'சோட்ஸ்'; தன்ரை அகண்ட கால் விட்டத்துக் கால குந்தியிருக்க வலு தெளிவா வரிக்கோவணத்தைக் காட்டிற்று.

இந்தா முன்னாலிருந்து ஒற்றைக் கண்ணைக் கதைக்கேக்க செல்லமாய்ப் பூஞ்சிப்பூஞ்சிக் கஞ்சி குடிக்கிறானே! பார்க்க மத்தியத்தரக் குடும்பத்து முகம். மூக்கு மட்டும் கொஞ்சம் நீளம். வெள்ளை. அரும்பு மீசை இவன் பாலன். யாழ் இந்துக் கல்லூரியில் சாதாரணத் தரம் படித்துக்கொண்டிருந்தவன். கெட்டிக்காரன். படிப்பிக்கிற இளமுருகன் வாத்திக்கு இவனைப் பிடிக்கும். துவக்கு வகைகளின்ர படம், உதிரிப்பாகங்கள், குண்டு வகைகளின்ர படம் எல்லாம் வடிவாக் கீறுவான். விளக்கம் எழுதுவான். இப்படியான வேலைகள் வலு துப்பரவு, நேர்த்தி. வீட்டில ஒரேயொரு பெடியன். மற்றது பொம்பிளைப் பிள்ளை. ஆள் கொஞ்சம் மட்டுமட்டு. இயக்கத்தில இருப்பமோ, மாட்டனென்று சொல்லுவமோ என்று யோசிச்சு யோசிச்சு என்றாலும் இருந்தான்.

அடுத்த கிழமை இவன் பாலனுக்குத்தான் என்ன நடந்ததென்று தெரியாமல் கணுக்காலுக்குக் கீழ பாதம் வீங்கிப் பெருத்துப் போச்சு. - அதுக்கு முன்னால ஒரு புதினம் சொல்லவேணும். கஞ்சி குடிச்சுக்கொண்டிருக்கேக்க ஒரு காகம் வீரமரத்தில வந்து இருந்தது. "உங்கற்றா காகம்" என்றான் பாலன்.

"சனியன் நீ காகத்தைக் காணேலையே. நான் ஏதோவெண்டு பயந்துபோனன்" என்றான் சுபாஸ்.

"இங்க காகம் இல்லையேடா. வந்ததுக்குக் கண்டனியோ?" அதுக்குப்பிறகுதான் யோசிச்சால் ஓம் காணேலைத்தான்.

ஆனால் சுகுமார் யோசிச்சுவிட்டு வேற மாதிரி சொன்னான். "காகம் வந்திருக்கெண்டால் நாங்கள் இருக்கிறது நடுக்காட்டில்

இல்லை. எங்கயோ காட்டுக்கரையிலதான் இந்தப் பயிற்சி முகாம் இருக்கு."

"என்னெண்டு சொல்லுறாய்?" சுபாஸ் கேட்டான்.

"காகம் பொறுக்கித் தின்னுற ஒரு பறவை. மனிசர் இருக்கிற இடத்திலதான் பொறுக்கித் தின்னலாம். காட்டுக்க அதுக்கு இரையில்லை. இப்ப இரையைக் கண்டு வந்திருக்கெண்டால் இஞ்ச எங்கயோ பறக்கேக்க கண்டிட்டுது. அப்ப, ஊர்மனை கிட்ட இருக்கவேணும்."

சுகுமார் அனுபவங்களிலிருந்து பலதைக் கண்டெடுக்கிற பேர்வழி. ஆனால் இதால அடுத்துவந்த நாள்களில் விபரீதம் நடந்தது. சுபாசும் அந்தக் குவைத் பேர்வழியும் ஓடிற்றாங்கள். ஆனால், அப்போது வரைக்கும் எங்களில் யாருக்கும் நஞ்சுண்டான் காட்டுப் பகுதியில்தான் எங்களின் பயிற்சிமுகாம் இருக்கிறதெண்ட உண்மை தெரியாது. அருகில்தான் நஞ்சுண்டான் காட்டு கிராமம் இருப்பது யார் மூலமாகவோ எமக்குத் தெரியவந்துதான் இவங்கள் ஓடிவிட்டாங்கள் எனப் பயிற்சி தந்தவர்கள் நினைத்தார்கள். பயிற்சி முகாம் முழுக்க ஒரே பதற்றம். வாத்திமாரும் 'சீனியர்சும்' கொதிப்பில திரிஞ்சாங்கள். பயிற்சியென்றால் இம்மை மறுமையில்லாத பயிற்சி. "ஓட்டமா காட்டுறியள் ஓட்டம்?" என்று சொல்லிச் சொல்லி வாத்தி புரட்டி எடுத்துப்போட்டான். ஆனால், உண்மையில அந்தப் பயிற்சியெல்லாம் - அதோட அந்தக் கடுமையும்தான் - நிகழ்ச்சி நிரலில் முதலே இல்லாமலில்லை. ஆனால் இதைச் சாக்கா வைத்து வாத்தி சொல்லிச் சொல்லித் தந்தான். வாத்தி கெட்டிக்காரன். தந்திரசாலி. ஆனால் விளக்கமில்லாத சீனியர்ஸ் - குறிப்பா இவன் பாலுரையனும் வேதாவும் வரிச்சுத்தடியால இந்த நாள்களில பெடியளை வெளுத்து வாங்கிற்றாங்கள்.

இந்த உச்சக்கட்டத்திலதான் பாலனுக்குக் கால் வீங்கினது. ஆனைக்கால் மாதிரி வந்திட்டுது. மெடிசின்காரன்ர சிபார்சில அவனுக்குப் பயிற்சி இல்லாமல் நடக்கவிட்டினம். பிறகு அதுவும் இல்லாமல் கொட்டிலுக்க விட்டிட்டினம். அப்படி விட்டது பெரிய புதினமாத்தான் இருந்தது. ஒன்று, மெடிசின்காரனும் இந்துக் கல்லூரிதான். அதாலதான் அவன் இரக்கங் காட்டினான் என்று ஒரு கதை வந்தது.

படிச்ச விசரன் விசித்திரன் சொன்னான், "அவன் ஏற்கனவே மட்டுமட்டு. பிறகு கடுமையா நடந்துவிட்டால் அவன் மாட்டன் எண்டு சொன்னால் வாத்திக்குத்தான் மைனஸ் பொயின்ற். அதாலதான் விட்டுட்டாங்கள்" என்று. இந்த இரண்டுக்கும் மேலால அவனால உண்மையாகவே நடக்கக்கூடி முடியவில்லைத்தான்.

அவன் கொட்டிலுக்க தனிய இருந்தான். நடந்த படுபயங்கர மான பயிற்சியில யாரும் அவனைக் கவனிக்கிற நிலையில இருக்கயில்லை. மிக இறுக்கமான நிகழ்ச்சி நிரலில் பயிற்சியும் வேலையும் இருந்தது. தாங்கிக்கொள்ளவே முடியேல்லை. சீனியசின்ர அடியாலயும் விழுந்தெழும்பினதாலயும் பலர் நொண்டினாங்கள். பலருக்குக் காயம்.

பாலன் தனிச்சிருந்தான். சுகுமார் காலமை தன்னைப் பதினைந்து நிமிடம் முந்தி எழுப்பச் சொல்லி கடைசிக் காவல் கடமைக் காரனிடம் சொன்னான். நாலேகாலுக்கு எழும்பி பாலனைத் தோளில தூக்கிக்கொண்டு ஒரு தோளில துவக்கையும் தூக்கிக்கொண்டு யாரும் காணாமல் லற்றுக்குக் கொண்டுபோய் விட்டான். இது தெரிஞ்சு அடுத்தடுத்த நாள் அவன்ரை துவக்கக் கொண்டு வாறனென்று நானும் நாலேகாலுக்கு எழும்பினன். பாலனால அந்தக் கிடங்குக் குற்றியில குந்தியிருந்து மலங்கழிக்க முடியேல்லை. சுகுமார் குத்திக் கட்டையில் ஒரு தடியெடுத்துச் செருகி, அந்தத் தடிக்கு முட்டுக்கொடுத்து இன்னொரு தடிகட்டி ஊன்றுகோலாக்கினான். 'அதில பிடிச்சுக்கொண்டிரு' என்று விட்டான். பாலனால் வேதனையோட இப்ப சமாளிக்க முடிஞ்சுது. நன்றியோட பாலன் அழுதான்.

"எதுக்கும் ஒரு விலையிருக்கு. அதைக் கொடுக்காமல் வாங்கேலாது. விழப் பயந்தா கட்டில்ல படுக்கேலா" என்று சொன்னான் சுகுமார்.

நாலரைக்கு மற்றவர்கள் எழும்ப முன்னம் கொட்டிலுக்க திருப்பித் தூக்கிக் கொண்டு வந்துவிட்டான். யாரும் கண்டால் இவனுக்குத் தண்டனை நிச்சயம். சாப்பிடப் போறதுதான் பெரும் கரைச்சலாப் போட்டுது. கைத்தாங்கலாக் கூட்டிக்கொண்டு போனான். தூக்கிக்கொண்டு போகேலாது. ஆக்காள் காணுவாங்கள். கைத்தாங்கலாகப் போகவும் பிறகு ஏலாமல் போச்சுது. அதோட உச்சக்கட்ட பயிற்சியால

சாப்பாட்டு நேரமோ மிகக் குறைஞ்சளவு நேரம்தான் தந்தாங்கள். பாலனைக் கூட்டிப் போய்வாறதுக்குப் பிடிச்ச நேரத்தைக் கழிச்சால் மிச்ச நேரத்தில சுகுமாரால அரை வயிறுதான் தனக்காகச் சாப்பிட முடிந்தது. இதால பாலன் தனக்குப் பசிக்கேல்லையென்று சாப்பிட வரமறுத்துப் பொய்சொன்னான்.

இதையெல்லாம் பார்த்த விசித்திரன் "மாஸ்ரரிட்டப் போய் பாலனுக்குச் சாப்பாடு எடுத்து கொட்டிலில குடுக்கக் கேக்கப் போறன்" என்று வெளிக்கிட்டான்.

"வேண்டாம் நில். இந்த வேலை உனக்குத் தந்ததோ? வாங்கிக் கட்டவேண்டி வரும். சிலநேரம் பாலனை அடிபோட எல்லாம் சரிவருமென்று இழுத்துக்கொண்டு போகவும் கூடும். சொன்னால் கேள்."

விசித்திரன் இல்லையென்று போய் பொறுப்பாளர் வினோத் தண்ணையிட்டக் கேட்டான். முதலில் அவர் சுகுமார் சொன்ன மாதிரி "நீயோ இங்க நடத்திறாய். நீ உன்ர வேலையைப் பாரன்; தனக்கு வேணுமெண்டா அவன் கேப்பான்தானே?" என்றாராம். பிறகு, "போடா போ வாறன்" என்று சொன்னவராம். அதில் கோபம் தெரியவில்லை என்றதைக் கண்டு விசித்திரன் ஆறுதலடைந்தான்.

பொறுப்பாளர் கொட்டிலுக்கு வந்து பாலனைப் பார்த்துவிட்டு மெடிசினில கொண்டுபோய் விட்டுவிடச் சொன்னார். அதோட இன்னொன்றும் நடந்தது. லீடராய் அப்ப இருந்த வேணுவைப் பார்த்து "விசித்திரன் வந்து சொல்லுறான். நீ லீடர் என்ன பார்த்தனி?" என்று பேசிவிட்டு "ஒவ்வொருநாளும் ஐநூறு தோப்பு நான் சொல்லும் வரைக்கும் அடிக்கவேணும்" என்று சொன்னார்.

இந்த உச்சக்கட்டப் பயிற்சி நேரத்திலதான் எங்கட அணியில் இன்னொரு சோதனையும் வந்தது. அது சுமன்ர பிரச்சினை. சுமன் எங்கட அணியில உள்ளவர்களில சின்னவன். அரும்பு மீசை. ஆனால் குழந்தை முகம். முத்தல் கதை, ஆனால் மழலைமொழி. அவன் கொஞ்சம் கொன்னையன். ஆனால், அந்தக் கொன்னை ஒரு தனி வகை. அதாலதான் மழலை மாதிரி இருக்கும். கொன்னைத் தட்டேக்க கண்சிமிட்டிறதும், எச்சில் விழுங்கிறதும் மழலைக்கு இன்னொரு காரணமாக இருக்கலாம்.

நல்ல சிவலையன். முன்னம் சரித்திழுத்த மெல்லிய தலைமயிர் அவனுக்கு. இப்ப மொட்டை. மொட்டை அடிச்சதற்காக அழுதவன். வட்டமான முகம். கொன்னதட்டேக்க சொண்டை ஒரு மாதிரியா சுழிப்பான். அவன் கோபப்பட்டுப் பேசினாலும் மற்றவனை ஆத்திரப்படுத்திற முகம் அவனுக்கு அமையேல்லை.

இவன்ர முதல் எதிரி காவலன். காவலன் நீளமூஞ்சிக்காரன், கூர்மூக்கு. ஆனால் வடிவில்லை. கறுப்பென்று சொல்லேலாது பொதுநிறம்தான். மிக ஐதான தலைமயிர். ஏறுநெத்தி வழுக்கை போல இருக்கும். சரியான ஒல்லி. சுமாரான உயரம். பரபரக்கும் கண்கள். கண்ணுக்குக் கண் நேர பார்த்துக் கதைக்கமாட்டான். பரபரத்து அங்கஇங்க பார்த்துத்தான் கதைப்பான். ஒல்லியான இடுப்பு. அவனுக்கொரு பச்சைக் கலர் பழைய காற்சட்டைதான் கிடைச்சது. எழுத வாசிக்கத் தெரியாது. கையெழுத்து வைப்பான். விசித்திரனுக்கும் இவனைக் கண்ணில காட்டக்கூடாது. ஆனால் "எனக்கு எழுதப் படிச்சுத் தா மச்சான்" என்றொருநாள் விசித்திர னிட்டக் கேட்டவன். விசித்திரன் இவனுக்கும் இப்ப எழுத்துகள் படிப்பிக்கிறான். படு மறதிக்காரன். ஆனாலும் பொறுமையா விசித்திரன் சொல்லிக் கொடுக்கிறான். மட்டக்களப்பு பெடியன்.

ஆனால், இவன் உண்மையில மட்டக்களப்பு இல்லை என்றது பிறகு தெரியவந்தது. வலி மேற்கு தொல்புரம்தான் சொந்த இடம். ஐந்து வருசத்திற்கு முன்னம் காரைநகரில தெரிஞ்ச ஒருவர் மட்டக்களப்பு நகரில பலசரக்குக் கடை வைச்சிருந்தவராம். ஆர்மூலமாயோ அந்தக் கடையில வேலைக்குப் போய் நின்றிருக்கிறான். இப்ப கதை பேச்செல்லாம் மட்டக்களப்புதான். மட்டக்களப்பு விலாசத்தைத்தான் அறிக்கையிலும் கொடுத்திருந் தான். அதுக்கு ஒரு காரணம் மட்டக்களப்பிலயிருந்துதான் தேடிப் போராட இங்கு வந்திருக்கிறனெண்டால் தன்னையொரு ஒரு கொள்கையில கடும் உணர்வான ஆளென்று நினைப்பினம். தனக்கு முக்கியத்துவம் கூடுமென்று அவன் நினைச்சான்.

ஆ... இவனுக்கும் சுமனுக்கும் என்ன பகையென்றால், இவன்ர விசேட குணம் காட்டிக்கொடுக்கிறது. எந்த அணி, யார், இன்ன பிழையென்றில்லை. இவன் காட்டிக்கொடுக்காத நாளொன்றில்லை. "இவர் மாஸ்ரர்... அங்க மாஸ்ரர்... ஓம் மாஸ்ரர்... செய்தவர் மாஸ்ரர்" என்றோ அல்லது "ஓமண்ணை... அவரண்ணை... அது அண்ணை... அப்பவும் சொன்னான்

அண்ணை..." என்று பணிஞ்சு பணிஞ்சு ச்சீ அப்படிச் சொல்லேலாது அது ஒரு நல்ல வார்த்தை - குனிஞ்சு குனிஞ்சு, குழைஞ்சு குழைஞ்சு நூறு மாஸ்ரர் அல்லது அண்ணை முன்னுக்குப் பின் போட்டு அலுவலக் கொடுப்பான்.

பயிற்சிமுகாமில இவனை ஒருத்தருக்கும் பிடிக்காது. சுமனுக்குக் காட்டிக் கொடுக்கிறவங்களைக் கண்ணில காட்டக்கூடாது. ஆனால், இதில பகிடி என்னண்டால், சுமனும் ஒரு பேர் போன காட்டிக் கொடுப்பான் என்றதுதான். ஆனால், இவனைப் பயிற்சி முகாமில எல்லாருக்கும் பிடிக்கும். ஏனென்றால் இந்தக் காட்டிக் கொடுப்பில வித்தியாசம் இருக்கும். சுமன் காட்டிக்கொடுக்கிறவனைக் காட்டிக்கொடுக்கிற பேர்வழி. அவங்களுக்குப் பின்னால தேடித் திரிஞ்சு பிழைபிடிப்பான். காட்டிக்கொடுக்கிறவனைக் காட்டிக்கொடுக்கிறவன் என்ற அர்த்தத்தில புண்ணா இவனுக்கு கா.கா என்று பெயர் வைச்சான். வசதியா காக்கா என்று கூப்பிட்டம். மற்றாக்களுக்கு இது ஏனென்று தெரியாது. இவன்ர இந்த இயல்பு மாஸ்ரருக்கும் பொறுப்பாளருக்கும் தெரியும். அவையளும் இவனை உற்சாகப்படுத்தியினம். காட்டிக் கொடுக்கிறவங்களையும் திருத்தவேணும் என்றாக்கும்.

காக்காவுக்குப் பிடிக்காத மற்றாள் லீடர் வேதநாயகம். அவனும் காட்டிக்கொடுப்பான் என்றதுதான் காரணம். ஆனால், இவனோடு சேர்ந்து பம்பலடிச்சுப் பழகுவான். பிறகேன் சேர்ந்து பழகிறாய் என்று கேட்டால், "வ்வ்... வ் இவங்கள அணைச்சுத்தான் கெடுக்க வேணும்" என்று கண் சிமிட்டிச் சொல்லுவான். அப்ப ஏன் காவலனோட சண்டைக்கு நிற்கிறாய் என்று கேட்டால், "அவனைக் கெடுத்துத்தான் அணைக்க வேணும்" என்று சொல்லுறான்.

காவ்லாவும் காக்காவும்தான் கொட்டில் சுவாரசியம் - காவ்லா என்றது காவலனைத்தான். இப்படி ஒலித்து காக்காதான் நக்கலா முதலில கூப்பிட்டவன். அதைப்போய் மாஸ்ரரிட்டச் சொல்லி மாட்டிவிட்டான் காவ்லா.

"த்..த்தத் தெத்துவாயல எனக்குக் காவலன் எண்டது அப்பிடி வ் வ் வந்ததை இவர் உங்களட்டச் சொல்லி நையாண்டி பண்ணுறார் ம்... மாஸ்ரர்" என்று அதையே பிரட்டிப்போட்டான் காக்கா. எங்களுக்குத் தூக்கிவாரிப்

போட்டது. இப்படி எங்கட அணியில வலு சுவாரசியம் இவங்கட அலுவல்.

காவ்லா கிணற்றடியில காக்கா துவக்க விட்டுட்டுப் போனதைக் காட்டிக் கொடுத்தவன். பிறகு, முகாமை உரு மறைப்புச் செய்ய காட்டுக்க சருகு கிள்ளப்போன இடத்தில, கொட்டன் என்று சொல்லிக் காக்கா துவக்க எறிஞ்சு பிடிச்சதையும், மறந்துபோய் விட்டிட்டு வந்து திரும்பிப்போய் எடுத்து வந்ததையும் காட்டிக் கொடுத்தவன். இப்ப, 'அலேட்' விசில் இரவு அடிச்சு சீனியர்ஸான வேதாவும் பாலுரையனும் உள்ளுக்க புகுந்து வரிச்சுத்தடியால வாங்கின வாங்கில காக்கா துவக்க விட்டுட்டுப் போய் பங்கருக்க குதிச்சிட்டான். குதிச்சிட்டுப் பார்த்தான் பக்கத்தில காவ்லா. அதையும் காட்டிக் கொடுத்தான் காவ்லா.

இரண்டு முறை தண்டனை கொடுத்தும் திருந்த இல்லையென்று பொறுப்பாளர், "சுமன் உனக்குத் துவக்கின்ர பெறுமானம் விளங்கேல்ல. அலேட் சண்டைக்குப் போறதுக்காக அடிக்கிறது. துவக்கவிட்டுட்டு சண்டைக்குப் போறளவுக்குத்தான் நீ இருக்கிற என்ன?" என்றார் கடுப்பாக.

"வ்.. வ்.. வ்.. இல்லையண்ணை மறந்திட்டன்."

"மறக்காமல் இருக்க நான் வழிசொல்லுறன். வேதா இவனுக்குத் திறமான 'கால்கஸ்ரோ' கொண்டந்து குடு. இத விட்டுட்டுப் போனியோ தலைகீழாக் கட்டித் தூக்கிப்போடுவன் படுவா றாஸ்கல்" என்றார் வினோத்தண்ணை.

கால்கஸ்ரோ என்பது இந்திய இராணுவம் பாவித்த ஒருவகை மோட்டார்ப் பீரங்கி. இப்ப வேதா கொண்டு வந்தது வலு திறமான கால்கஸ்ரோதான். எட்டுப்பத்தடி நீளம் வரும். ஆறு அல்லது ஏழு இஞ்சி விட்டம் வரும் அசலான காயமரக் கப்பு ஒன்று. நெஞ்சு 'திக்'கென்றது எல்லாருக்கும். அது சரி கையில இருக்கிறது துவக்கெண்டால் இது கால்கஸ்ரோதானே. இதை இனி காயாக் கப்பென்று சொல்லேலுமோ! காக்காவுக்கு விழி பிதிங்கிச்சு. வேதாவுக்கு வலு புழுகம். எல்லாரும் ஆத்திரத்தோடு காவ்லாவைக் கடைக் கண்ணால் பார்த்தாங்கள்.

அடுத்த நாள் பயிற்சியில காக்காவைக் கடைசியாக ஓடுவதற்கு எடுத்துவிட்டார் மாஸ்ரர். அதைத் தூக்கிக்கொண்டு மற்றவங்களுடன் ஓடுறது முடியாத காரியம். "ஓடடா ஓடடா"

என்று பாலுரையன் காக்காவை நையப் புடைச்சிட்டான். வெறும்வாய் மென்ற பாலுரையனுக்கு இது அவல் கிடைச்சமாதிரி. அடிவாங்கின தழும்புகளோட காக்கா அன்றைய பயிற்சி முடிந்து கொட்டிலுக்கு வர சுகுமார் களஞ்சியத்தில இருந்து களவாகக் கையில் எண்ணெய் வாத்துக்கொண்டு வந்தான். தழும்புகளில போட்டுத் தடவிவிட்டான். எல்லாருக்கும் கண் முட்டிற்று. காவ்லா எழும்பி வெளியில போயிற்றான்.

ஆனால் எண்ணைக் கதை எப்படியோ பொறுப்பாளருக்குப் போய் அன்று பின்னேர ஒன்றுகூடலில வினோத் அண்ணை கேட்டார். "சுகுமார் இண்டைக்கேதாவது பிழை செய்தனியோ?"

சுகுமார் தலையைக் குனிந்தான்.

"என்ன கேக்கிறது விளங்கேல்லையோ?"

"ஓமண்ணை."

"என்னடா! விளங்கேல்லையேண்டிறியோ?" பொறுப்பாளர் கோபப்பட்டார்.

"இல்லையண்ணை... எண்ணெய் எடுத்துக்கொண்டுவந்து..." சுகுமார் முடிக்கேல்லை. அவனுக்கு வாய் வரேல்லை சொல்ல.

"அவனுக்குப் பிரச்சினையெண்டா அவன் மெடிசினுக்குப் போகலாம். அதைவிட, உன்னை ஆர் களஞ்சியத்தில இருந்து எண்ணெய் களவெடுக்கச் சொன்னது" பொறுப்பாளர் கேட்டுவிட்டு "நீ இன்டைக்குத் தனியப் போய் களஞ்சியம் முழுக்கத் துப்புரவாக்கவேணும். களஞ்சியப் பொறுப்பாளரிட்ட நான் சொன்னதெண்டு சொல்லு."

சுகுமாருக்குத் தண்டனை கிடைச்சுது. ஆனால் இந்தப் பிரச்சினைக்கு - அதுவும் சொல்லாமல் களவாக எண்ணெய் எடுத்துக்கொண்டு வந்ததுக்கு மிக மோசமான தண்டனைதான் வழமைப் பிரகாரம் கிடைச்சிருக்க வேணும். சுகுமாரும் நாங்களும் அப்படித்தான் எதிர்பார்த்தம். ஆனால், களஞ்சியத் துப்பரவு என்றதில இருந்து ஒன்று விளங்கிற்று: பொறுப்பாளர் உண்மையில இதைப் பிழையென்றதைவிட சுகுமாரின் நல்ல மனதைக் கவனிச்சார் என்றதுதான் இந்தச் சம்பிரதாயத்துக்கான தண்டனை காட்டியது.

வரிசைக்குப் போறதென்றாலும் சரி, சாப்பிடுறதென்றாலும் சரி, அலேட்டுக்கு ஓடுறதென்றாலும் சரி காக்காவுக்குப் பக்கத்தால போறது மண்டையை அடைவு வைக்கிற விசயமாய்ப் போச்சு. அவன்ர கால்கஸ்ரோ அஞ்சாறுபேரைப் பதம்பார்த்தது. காக்கா சொல்லமுடியாத அளவு வேதனைப்பட்டான். இப்ப திரும்பவும் சுகுமார் நாலேகாலுக்குத் தன்னை எழுப்பச்சொல்லி காக்காவக் கூட்டிக்கொண்டு மற்றாக்கள் எழும்பமுன்னம் லற்றுக்குப் போனான். தன்ரை துவக்க அவனிட்ட கொடுத்திட்டு அவன்ர கால்கஸ்ரோவைத் தான் சுமந்துகொண்டு போனான். லற் இருக்கிறது சரியான தூரம். இதைச் சுமந்து போக காக்கா களைச்சுப் போவான்; பிறகு பயிற்சிக்கும் வரவேணும். சுகுமாரால செய்யக்கூடிய உதவியாக இருந்தது இதுதான்.

சுகுமார் என்னட்டைச் சொன்னான், "இதை லற் வரைக்கும் தூக்கிப் போய்வரவே தோள்பட்டைய வாங்கிது. அவன் நாள் முழுக்க என்னெண்டு சுமந்து திரியிறானோ. பொறுப்பாள ரிட்டச் சொல்லுவமே?"

"சும்மாயிரு. இது அவையின்ர விசயத்தில தலையிடுறதாத்தான் அர்த்தப்படும்" என்றன்.

அவன் யோசித்துவிட்டு "உண்மைதான். ஆனால் வினோத் தண்ணை நல்லவர். கெதியில வேண்டிடுவார் எண்டுதான் நினைக்கிறன். ஆனால் அதுக்கிடையில இவன் இதை எங்க விடுவானோ மறப்பானோ தெரியேல" என்றான் சிரித்துக்கொண்டு.

சுபாசும் வேணுவும் பயிற்சிய விட்டு ஓடினதைச் சாட்டா வைச்சு நடந்த செமப் பயிற்சியில இந்தக் கால்கஸ்ரோ எங்கட அணியில பெரும் துக்கமாப் போச்சு. குறிப்பா அலேட் அடிக்கிற சமயங்களில அதுவும் இரவில பெரும் துயரமாப் போச்சு. காக்காவால அதைத் தூக்கிக்கொண்டு தன்ர மற்ற உடமைகளையும் எடுத்துக்கொண்டு முப்பது செக்கன் என்ற குறித்த நேரத்துக்குள்ள பங்கருக்குப் போக முடியேல்லை. ஏனென்றால் அலேட் அடிச்சவுடனேயே சீனியஸ் கொட்டிலுக்க புகுந்து விளாசத் துவங்கிடுவாங்கள். இவன் பாலுரையன் இதுக்கெண்டே கொட்டிலுக்க வந்துநின்று காக்காவை வாங்குவாங்கென்று வாங்குவான். அடிவிழவிழ

அதைவிடாமல் கொண்டு போறதிலதான் காக்காவின்ர எதிர்காலமே இருந்தது.

சுகுமார் இரவில அலேட் அடிச்சதும் தானும் நின்று ஒரு தோளில் தன்ர துவக்கு உடமைகளோட ஒருதோளைக் காக்காவின்ர கால்கஸ்ரோவிற்காகக் கொடுத்தான். கோயில்ல சுவாமி காவினமாதிரி அந்தக் காயாக் குத்தியைக் காவினாங்கள். இருட்டில சுகுமார் சேர்ந்து காவிறது மற்றாக்களுக்குத் தெரியாது. ஆனால், இதில ஈடுபட்டு பாலுரையனிட்ட அடிவாங்கி சுகுமாருக்கும் நல்ல காயம். பாலுரையன் சுகுமார் காவிறதைக் கண்டவன். ஆனால் அவனுக்கும் சேர்த்து அடிக்கிறதுக்கு இது நல்ல சந்தர்ப்ப மென்றதால மாஸ்ரருக்குச் சொல்லாமல் அடிக்கிற ருசியை அனுபவிச்சான்.

தன்னால சுகுமாரும் சேர்ந்து அடிவாங்கி காயப்பட்டு நொந்துபோறது காக்காவிற்கு பெரிய வேதனையாக இருந்தது. “வ்..வ்..வ்.. வேண்டாம் சுகுமார்; விடு நான் பட்டுக்கொள்ளுறன். இது உனக்கும் பிரச்சினையா முடியும். அண்டைக்கு எண்ணெய்க்கு என்ன நடந்ததெண்டு தெரியும்தானே?” என்றான்.

சுகுமார் அதைக் கேட்கேல்லை. என்னட்டச் சொன்னான். “இவன் காக்கா திருப்பியும் இதை எங்காவது அடிக்குப் பயத்தில விட்டிட்டான் எண்டா பிறகு இவன்ர நிலைமையை யோசிச்சுப் பார். அவன் பாலுரையன் விடாமல் வேணுமெண்டு தேடியடிக் கிறான் மயிராண்டி. அவனுக்கு முசுப்பாத்தி தேவையாயிருக்கு. போக்கிலி” உணர்ச்சிவசப்பட்டுத் திட்டினான்.

சுகுமார் தனக்காகக் கஸ்ரப்படுறதைப் பார்த்ததும் இதுக்குக் காரணமாயிருந்த காவ்லாவுக்குப் படிப்பிக்க வேணும் என்று காக்கா எண்ணியிருக்க வேணும். இல்லாட்டி இப்படி நடந்திருக்க வாய்ப்பில்லை. ஒருநாளிரவு அலேட் விசிலுக்குப் போய் பங்கருக்கு அங்கால சுகுமார் இறங்கிற்றான். காக்கா கால்கஸ்ரோவோடு காவ்லாவிற்குப் பக்கத்தில குதிச்சான். “ஐயோ... அம்மா” என்று கத்தினான் காவ்லா. காக்காவைத் திரத்திவந்த சீனியர் பாலுரையன் அலேட்டில சத்தம் போட்டதற்குக் காவ்லாவை இரண்டு வாங்கு வாங்கினான்.

லைன் அடிச்சு மைதானத்தில ஒன்றுகூடினாப் பிறகு பார்த்தா காவ்லாவின்ர வலக்காலில இரத்தம் சாதுவாக் கசிஞ்சு காயம்.

அவன் பொறுப்பாளரிட்டச் சொன்னான். "சுமன் காயக் கொட்டனை பங்கருக்குள்ள என்ர காலில போட்டுட்டான் வினோத்தண்ணை."

பொறுப்பாளர் வந்து ரோச்சடிச்சுப் பார்த்திட்டு "இதெல்லாம் ஒரு காயமா போடா போ" என்றார். பிறகு சுமனிட்டக் கேட்டார். "ஏன்ரா அவன்ர காலில போட்டனி?"

"வ்.. வ்.. வ்.. அலேட் அடிச்ச உடன காஸ்கஸ்ரோவ என்ர பங்கரில மவுண்ட் பண்ணினான் சண்டைக்கு றெடியா."

முடிக்கமுன்னம் கொல்லென்று சிரிச்சாங்கள் எல்லாரும்; மாஸ்ரர், பொறுப்பாளர் எல்லாரும். "...வ்..வ்..வ்.. இவற்ர காலில பட்டிட்டுது. இப்ப இவர் காயாக் கொட்டனெண்டு க்கு..க்கு உங்களிட்ட சொல்றார் அண்ணை."

பொறுப்பாளருக்குச் சிரிப்பை அடக்க முடியேல்லை. கால்கஸ்ரோவ கொட்டன் என்று சொன்னதை ஒருத்தரும் - பொறுப்பாளர் கூடக் கவனிக்கேல்லை. ஒருத்தருக்கும் அந்த விசயம் உறைக்கேல்லை. காக்கா கவனிச்சு அலுவலக் குடுத்திட்டான்.

பொறுப்பாளர் "காவலன் நீ கால்கஸ்ரோவை எங்களுக்கு முன்னாலேயே காயாக் கொட்டன் எண்டுறாய் என்ன? நீ என்ன செய்யிறாயென்றால் நாளைக்கு ஒரு நாளைக்கு அவன்ர கால்கஸ்ரோவை நீ வாங்கிக்கொண்டு உன்ர துவக்க அவனிட்டக் குடு" என்றார்.

எல்லோருக்கும் சிரிப்பும் சந்தோசமும். பொறுப்பாளரும் சும்மாயில்லை. காவலன்ர குணத்தை எடைபோட்டிருப்பார். அதுதான் தக்க தருணத்தைப் பார்த்து இப்படியொரு தண்டனையைக் கொடுத்திருக்க வேண்டுமென்று நான் நினைச்சன்.

காவ்லாவுக்கு நல்லபாடம் காலில பட்ட காயம். சரியான நோவுக் காயமாக இருந்திருக்க வேணும். வெளியில பெரிசாத் தெரியேல்லை. ஏற்கனவே பயிற்சியில அப்படிஇப்படி இருந்த காவ்லா இதோட ஓடவும் முடியாமல், ஏறவும் முடியாமல், பாயவும் முடியாமல் பெரிய கஸ்ரப்பட்டான். நல்லா அடிவாங்கினான். காக்கா வாங்கின அடியால அவனுக்கு மரியாதை இருந்தது; பொறுப்பாளரிட்டையும்தான். ஆனால்

காவ்லா வாங்கிற அடியில பெடியளிட்ட மரியாதையில்லை; பொறுப்பாளரிட்டையும் இல்லை. ஏனென்றால் காயம் வெளியில இல்லாததாலயும் ஏற்கனவே அவன் அப்பிடியிப்பிடி என்றதாலயும் பம்மாத்துப் பண்ணுறான் என்றுதான் அவையள் நினைச்சினம்.

“மச்சான் எல்லாரும் என்னைத் தப்பாப் புரிஞ்சிற்றாங்க” என்றான் சுகுமாரிட்டப்போய் காவ்லா. சுகுமாருக்கு அதுவும் மனதைக் கரைச்சிற்று.

“ஏன்ரா காவலனை ஒதுக்கி நடத்திறியள். அவன்ர குணம் அது. ஆனால் அவனும் போராடத்தான் வந்தவன் எண்டத ஏன் நினைக்க மாட்டியளாம்?” காவ்லா இல்லாத நேரம் கொட்டில்ல எல்லாருக்கும் பேசினான்.

இப்பவெல்லாம் சுகுமார் இடைக்கிடை யோசிச்சுக்கொண்டு நிற்பான்; அதைப் பார்த்திட்டுப் போய் ‘என்னடா தனிய இருந்து யோசிக்கிறாய்?’ என்றால், ‘ஒண்டுமில்லையடா இப்படியிரன் பக்கத்தில’ என்று சொல்லுவான். இருந்தால் ஒன்றும் கதைக்கமாட்டான். எழும்பவும் விடான். ‘இரன்ரா சும்மா’ என்று சொல்லுவான். இப்பிடியான நேரத்தில எப்பவும் தத்துவத்தனமாகக் கதைக்கும் இயல்பு சுகுமாரிட்ட இருந்ததைக் கண்டன். அவன்ர உடல் வயதைவிட அவன்ர மனவயது மிக அதிகம் என்றுதான் நான் எடைபோட்டிருந்தன். இல்லாட்டி அவனால இப்படியெல்லாம் கதைக்கவும் செய்யவும் முடியாது. வயதுக்கு மீறி, சலனம் இல்லாத நிதானம் பேச்சிலையும் செயலிலையும் இருக்கும். இவன் வாழ்க்கையில பல சோதனையைச் சந்திச்சிருக்கக் கூடுமென்று நான் சில சமயம் நினைச்சது சரியா இருக்கும் என்றதை இப்படியான தருணங்கள் உணர்த்திச்சுது.

அவன் எப்பவும் என் பக்கத்தில சிநேகமாக இருக்கிறானே தவிர, அதிகம் பழகுவதும் பேசுவதும் கிடையாது. அதுகூட ஒரு புதிராகத்தான் இருந்தது. ஏனென்றால், சிநேகமானவர்கள் தங்களுக்குள்ள எல்லா விசயங்களையும் கதைப்பார்கள். சந்தர்ப்பம் கிடைக்கிற போதெல்லாம் எப்பவும் எதையாவது கதைப்பார்கள். ஆனால், இவன் என்னோட இப்படியில்லை. விசித்திரனோடயும், புண்நாகேந்திரனோடயும் நல்லாக் கதைப்பான். தனிமையில சும்மா யோசிச்சுக் கொண்டு எனக்குப்

பக்கத்தில இருப்பான். யாழ்ப்பாணத்திலிருந்து வெளிக்கிட்ட முதல்நாள் கைதடிவெளியால கன்ரரில வரேக்க பக்கத்தில வந்து நின்றதில இருந்து இன்றுவரைக்கும் கிட்டத்தட்ட இப்படித்தான் அப்பிடித்தான். அவன்ர இந்த மனஉணர்வை என்னென்று சரியா என்னால சொல்ல முடியேல்லை.

எனக்கு இதுக்குள்ள காய்ச்சல் வந்தது. மலேரியாக் காய்ச்சல். மிக மோசமாக இருந்தது. இதுக்கு முன்னம் ஒருக்காலும் இப்படி வந்ததில்லை. ஒரு உதறு உதறுச்சு. பனடோல் போட விட்டுச்சு. அதோடயும் முதல்நாள் பயிற்சி எடுத்தன். அன்று பின்னேரம் அப்பயிருந்த லீடர் வேல்ராஜ் என்னை வா என்று கட்டாயத் துக்குக் கொண்டுபோய் மெடிசின்காரனிட்ட விட்டான்.

"இவனால ஏலாம இருக்கு, கடும் காய்ச்சல். என்னண்டு பாருங்கோ" என்றான்.

மெடிசின்காரன் எனக்கு மலேரியா என்று சொல்லி குழுசையும் தந்தான். வேல்ராஜ் பொறுப்பாளரிட்டப் போய்ச் சொன்னான். "இனியவனுக்கு மலேரியா. மெடிசினில டொக்டர் சொன்னவர். குழுசை தந்தவர். கவனமாய்ப் பார்த்துக்கொள்ளவேணும் என்று சொன்னவர். சாப்பாடு எடுத்துக்குடுக்கச் சொல்லிச் சொன்னவர். அவனால ஏலாமல் இருக்கு. நாளைக்குப் பயிற்சிக்குக் கூட்டியாறதோ?" இந்தக் கடைசிவரிக்காண்டித்தான் இவன் கொஞ்சம் கொஞ்சம் கூட்டிச் சொன்னது. பொறுப்பாளர் யோசித்து விட்டுச் சொன்னாராம் "வேண்டாம் கொட்டிலுக்க விட்டுட்டுவா" என்று.

வேல்ராஜ் அன்பு காட்டினான். என்னட்ட மட்டுமல்ல, எல்லாரிட்டையும். ஒருத்தர் தப்பில்ல. இவனொரு வித்தியாசமான ஆள். வெகுளியாகச் சிரிக்கும் பேர்வழி. வஞ்சகம் என்றால் என்னென்று தெரியாது. எழுதப் படிக்கவும் தெரியாது. பாலன்ர கால் பிரச்சினைக்குப் பிறகுவந்த ஞாயிறில முன்னமிருந்த லீடரை மாத்தி இவனை லீடராப் போட்டார் பொறுப்பாளர். பாலனைக் கவனிக்காததுதான் காரணம் என்று நான் மனசுக்குள்ள நினைச்சன். இவன் காவல் கடமைகூட எழுதமாட்டான். ஆனால், லீடராப் போட்டார் பொறுப்பாளர். பார்க்கக் குள்ளமா உருண்டையா இருப்பான். கால் கையெல்லாம் கட்டை. உடம்பு உருண்டுதிரண்டு வலுவாக

இருக்கும். முகம் வட்டமா அமைஞ்சு மோதகம் மாதிரி இருக்கும். இவன்ர வெகுளியான சிரிப்புத்தான் கவர்ச்சி. கையில துவக்கோட குனிஞ்சு முன்னேறிற பயிற்சியில ஆளப் பாத்தால் தாட்டான் குரங்கு மாதிரி இருப்பான். பயிற்சியில 'தண்டாக்கள்' எல்லாம் நல்லாச் செய்வான். அனேகமான ஆக்களால அது செய்யேலாது. இவனைத் தண்டா என்றுதான் கூப்பிட்டம். தண்டாப் பயிற்சிகளில இவன் திறமாச் செய்யிறதுதான் காரணமென்றில்லை. தாட்டானை நினைச்சுத்தான் இப்படிப் பேர் வந்தது.

முதல்நாள் பயிற்சி முகாமிற்கு வந்த அன்று உரப் பையைத் தள்ளி கக்குசுக்குள்ளயிருந்து தோளில சாரத்தோட அலாக்காக வெளிய வந்த குள்ளமான ஆளென்று சொன்னன், அவன் இவன்தான். இப்பவெல்லாம் கக்குசுக்குப் போகும் காரியம் வலு சுலபமாக் கைகூடுது. நல்லூர்க் கோயில் மணி அடிச்ச மாதிரி நாலு முப்பத்தஞ்சுக்குக் கொட்டுணுது. எந்த இடைஞ்சலும் இல்லை. இலையானுகளும் அந்தச் சத்தங்களும் தன்ரபாடு. ஆனால் மூக்க மட்டும் இப்பவும் பொத்துறன்தான்.

வேல்ராஜ் - தண்டா - யாரையும் காட்டிக்கொடான். அணியில ஆரும் பிழைவிட்டால் தானே பொறுப்பேற்பான். மற்றவன் செய்து முடிக்காத வேலையை தன்ர வேலையை முடிச்சு அதையும் சேர்த்துச் செய்வான். அலேட் அடிச்சால் அவனவன் தவறவிடுற சாமனை அடிவாங்கி வாங்கி நின்று பொறுக்கி எடுத்து பங்கரில இரகசியமாக் கொண்டுவந்து தருவான். இவன் லீடரா இருக்கேக்க நாங்கள் தண்டனை வாங்கினது சரியான குறைவு. நியாயமா எங்கட பிழைக்கும் தண்டனை வாங்கேல்லை. இவன்ர பெயரைத்தான் தண்டா என்று கூப்பிட்டமே தவிர, அவனை ஒரு உன்னதமான மனிதனாகத்தான் நாங்கள் சிலர் பார்த்தம்.

எனக்குச் சாப்பாடு எடுத்து தாறது, கோர்லிக்ஸ் கரைச்சுத் தாறது, வில்லங்கப்படுத்தி குழுசை தாறது எல்லாம் சுகுமார் செய்தான். அவனோடு தண்டாவும் புண்நாகேந்திரனும் செய்தாங்கள். இப்ப - அதுவும் காய்ச்சலோட எனக்கும் சுகுமாருக்கும் மனம் இன்னும் நெருக்கமானதாக உணர்வு. இனம் புரியாத நேசம் இருந்தது. ஆனால், அதை வெளிப்படுத்தி இன்னும் கதைச்சதில்லை.

ஒருநாள் சாப்பாட்டிடத்தில அன்பரசு என்ற எங்கட அணியில இருந்த ஒருவன் - அவனை நாங்கள் அம்புறுஸ் என்று செல்லமாகக் கூப்பிட்டுவந்தம் - அவன் தன்ர பாணை வேண்டாமென்று வேதநாயகத்திற்ற கொடுத்தான். சாப்பாட்டு இராமன் என்றால் எங்கட அணியில இவங்கள் இரண்டு பேரும்தான். காலைமையில ஒன்றரை இரண்டு இறாத்தல் இறங்கும். அன்டைக்கு அம்புறுஸ் அரை இறாத்தல் கூடச் சாப்பிட இல்லை. மிச்சத்தை வேதநாயகத்திட்டக் கொடுத்தான்.

"மச்சான் எனக்கு வேண்டாம். நீ சாப்பிடுறியே?"

"எ.எ... ஏன் வேண்டாம்?"

"எனக்கு வேண்டாம். கொட்டினாப் பிரச்சினை: ஆருக்கும் கொடுத்தாலும் பிரச்சினை. மற்றது, அவங்கள் இதையும் சேர்த்துச் சாப்பிடமாட்டாங்கள். நீ இன்னும் வேண்டுவாய்தானே. இதை எடுத்துக்கொண்டு வேண்டாமல் விடன்."

"சரி கொண்டா" வேதநாயகம் கதையை வளர்க்காமல் வாங்கினான்.

பிறகு கொட்டிலுக்க வந்திருந்ததும் அம்புறுஸ் யோசித்துக் கொண்டிருந்தான். அம்புறுஸ் ஆரோடையும் கதைக்கிறதில்லை. கொஞ்சம் கட்டை. கட்டுமஸ்தான உடம்பு, சிவலை. நடக்கும்போது முன்சாய்ந்து நடப்பான். அவன் கதைக்கும்போது கண்களைப் பூஞ்சுவதும் வாய், முகத்தை நெளிப்பதும், அவனைக் கொஞ்சம் புத்தி வளர்ச்சி அற்றவன்போலத் தோற்றப்படுத்தும். உண்மையாக அவன் அப்படியில்லை. ஆனால் நாலாம் வகுப்போட படிப்பை விட்டிட்டான். கையெழுத்து வைப்பான். பெரிய சொல்லுகள் எழுத்துக்கூட்டுவான். வஞ்சகமற்ற சிரிப்பு. குழந்தைத்தனமாயும் ஒரு சமயம் புத்தி வளர்ச்சிக்குரிய தனத்துடனும் அந்தச் சிரிப்பு இருக்கும். இண்டைக்குக் கடுமையா யோசிச்சுக்கொண்டு இருக்கிறான்.

இவன் இப்படிச் சாப்பிடாமல் விட்டதில்லை. வேதநாயகம் தொடங்கினான். "என்னடா அம்புறுஸ் இ...இ...இண்டைக்கு அடைமழைபோல. சாப்பிடாம விட்டுட்டாய்... என்ன

கடுமையா யோசிக்கிறாய். பீதிக் காய்ச்சல் பிடிச்சிட்டுதோ! ஓ..ஓ..ஓடப் போரியோ?"

"நீ விசர்க் கதை கதைக்காத வேதநாயகம்." அம்புறுசுக்கு வார்த்தைகள் தெறித்தது.

வேதநாயகம் திடுக்கிட்டுப் போனான். பார்த்துக்கொண்டிருந்த மற்றவர்களுக்கும்தான் ஆச்சரியம். ஏனென்றால் அம்புறுஸ் இப்படிக் கதைக்கிறதில்லை. வேதநாயகத்திற்கு ஒருமாதிரியாப் போயிற்று. ஆனாலும் சீமான் சுதாரிச்சுக்கொண்டு அம்புறுசுக்குப் பக்கத்தில போய் இருந்தான். தலையில தடவி, "என்ன மச்சான் கடுமையாக் கோவிக்கிற? மூக்கெல்லாம் வேர்க்குது. ஏ..ஏ..ஏதும் பிரச்சினையே? ஏன் சாப்பிடேல...? ஏதும் செய்யவேணும் என்டா சொல்லு ந..நா..நான் செய்யிறன்." வேதநாயகத்தின்ர கதையில பாதி அரவணைப்பும் பாதி நையாண்டித்தனமும் இருந்ததாப் பட்டது.

ஆனால், அம்புறுசுக்கு அது அரவணைப்பாத்தான் அந்த நேரத்தில் இருந்திருக்கவேணும். நாங்கள் சுத்தி இருந்து அவனையே பார்த்துக்கொண்டிருந்தம். அவன் எங்களைப் பார்த்துச் சொன்னான். "இல்லை மச்சான் வீட்டுக்காரர் சாப்பிட்டினமோ தெரியேல..." தடுமாறி வந்த வார்த்தையைக்கூட முடிக்க முடியாமல் அவன் அழத் தொடங்கிற்றான்.

"டேய் அழாத... டேய் அழாதேடா... எழும்பு வா வெளியில போவம்" விசித்திரன் கையில பிடிச்சுக் கூப்பிட்டான்.

"விடடா விடு... ஒண்டுமில்லை விடு..."

"நீ கண்ணத்துடை. இந்தா இந்தச் சாரத்தால துடை."

அம்புறுஸ் ஓரளவு தன்னை இப்ப நிதானப்படுத்திக்கொண்டான். அவனுக்குக் கதைக்கவேணும் போல இருந்திருக்க வேணும்.

"வீட்டில பயங்கரக் கஸ்ரமடா. அப்பன் பயங்கரக் குடிகாரன். தொழிலென்று ஒண்டுமில்லை. எங்கயாவது கூலிக்குச் சில நேரம் போவார். கிடைச்ச காசக்கொண்டு போய்க் குடிப்பார். வீட்ட ஒவ்வொரு நாளும் வாறதெண்டுமில்லை. இரண்டு அக்காக்கள்: அவையும் வீட்டிலதான். ஒரு தம்பியும் தங்கச்சியும் சின்னாக்கள். ஒருநாளைக்குக் கஞ்சி குடிக்கிறதே

பெரியபாடு. அக்கா நீத்துப்பெட்டி இழைக்கும். அதை விக்கிறதென்றாலும் பெரும்பாடு. எங்க விக்கிறது. பக்கத்துக் கடைக்குக் கொண்டுபோனால் இரண்டு ரூபா ஒரு ரூபா எண்டுதான் கேப்பாங்கள். சீவியம் பெரிய கஸ்ரம்.

"நான் மரக்காலை ஒண்டில விறகு கொத்தப் போறனான். தூக்குக்கு இருபத்தஞ்சு ரூபா. பழக்கமில்லைத்தானே. இரண்டு தூக்குத்தான் கஸ்ரப்பட்டுக் கொத்துவன். அதுவும் ஒவ்வொரு நாளும் வேலையில்லை. விறகு முடிஞ்சாத்தான் முதலாளி கூப்பிடுவான். ஒவ்வொருநாளும் காலைமையில போய்ப் பார்ப்பன். விறகேத்த வாறாக்கள் சிலருக்கு ஏத்திவிட்டால் ஐஞ்சு ரூபா குடுப்பினம். கிட்ட உள்ள உத்தியோகக்காரர் சிலர் வந்தா முதலாளி சொல்லுவார், 'அவனுக்குப் பத்து ரூபா குடுங்கோ வீட்ட கொண்டுவந்து போடுவான்' என்று. சிலர் சம்மதிப்பினம். ஐஞ்சு ரூபா தாறதெண்டும் சொல்லுவினம். மயிலிட்டியில இருந்து இடம்பெயர்ந்த பிறகு உரும்பிராய் அகதி முகாமுக்கு வந்து இப்பிடித்தான் சீவியம். ஒவ்வொரு நாளும் உலை கொதிக்க வைக்க உலகப் படாபாடு..." அவனுக்கு மீண்டும் கண்களில் நீர் முட்டியது. கொஞ்ச நேரம் சும்மாயிருந்தான். நாங்கள் ஒன்றும் கதைக்கேல்லை. கொட்டில் முழுக்க நிசப்தம்.

"நானிருக்கேக்க இப்படிக் கொண்டுவாற காசிலதான் கஞ்சியாவது காய்ச்சிக் குடிச்சுதுகள். எனக்கு அது கால் வயித்துக்கும் காணாது. நான் களவா பாண் வாங்கியும் சிலநேரம் சாப்பிடுறனான். பிறகு இயக்கத்துக்கு வந்திட்டன். இப்ப நான் வயிறாரச் சாப்பிடறன். அதுகளுக்கு என்னால கிடைச்ச கஞ்சியும் இப்பக் கிடைக்காது. நான் மட்டும் திண்டால் சரியே..." தொடர முடியாமல் எச்சிலை விழுங்கினான்.

"அப்ப நீ ச..சா..சாப்பாட்டுக்கே இயக்கத்துக்கு வந்தனி?" வேதநாயகம் சொல்லவும். சுகுமார் பாஞ்சு வேதநாயகத்தின்ர நெஞ்சு ரீசேட்டைப் பொத்திப் பிடிச்சு. "புண்டையாண்டி என்ரா சொன்னனி... புண்டையாண்டி.." உலுப்பினான். எல்லாரும் திகைச்சுப் போனம். என்ன செய்யிறதென்றே தெரியேல்லை.

வேதநாயகம் பேயறைஞ்ச மாதிரிப்போனான். நாகேந்திரன் பிடிச்சிழுத்தான் சுகுமாரை, "விர்றா.. விடடா.. சும்மாயிரடா.." சுகுமார் கையைவிட்டுட்டு மறுபடி நிலத்தில குந்தினான்.

கொட்டில் முழுக்க நிசப்தம். யாரும் கதைக்கேல்லை. கதை வரேல்லை.

சுகுமார் வெறிச்சுப்பார்த்துக் கொண்டிருந்தான். பிறகு சட்டென்று எழும்பி வெளியில போனான். நிசப்தம் உறுத்தலாக இருந்திருக்க வேணும். பேயன் துவக்க விட்டுட்டுப் போறான் என்றதைப் புண்ணா எனக்குக் கண்காட்டினான். எனக்குப் பக்கத்தில இருந்த அவன்ர துவக்கையும் தூக்கிக்கொண்டு எழும்பிப் போனன். புண்ணாவும் வந்தான். கொட்டிலுக்குப் பின்னால மரக்குற்றியில சுகுமார் இருந்தான். "துவக்கப் பிடியடா" குடுத்தன். நிமிந்து பார்த்துவிட்டு எந்த உணர்வும் இல்லாமல் வாங்கி வைத்தான். நான் பக்கத்தில இருந்தன். புண்ணாவும் இருந்தான். ஒருவரும் கதைக்கேல்லை. கதை தேவையா இருக்கேல்லை. இருக்கயிருக்க மனம் தணிஞ்சுகொண்டு வந்தது. சுகுமாற்ர முகத்தில அது தெரிஞ்சது. பின்னேர ஒன்று கூடலில விபரீதம் விளங்கிச்சு.

ஒன்றுகூடலில் வழமையானவை கதைக்கப்பட்டதும் இன்றைக்குச் செய்த பிழைகளுக்கான விசாரணைகள் தண்டனைகள் என்ற விடயம் வந்தது. சுகுமார் தூசணம் பேசினது அடிக்கப் போனது பற்றிய பிரச்சினை எழும்பியது. வேதநாயகம் ஏற்கனவே மாஸ்ரரிட்ட சொல்லிற்றான் என்றது தெரிஞ்சுது.

பொறுப்பாளர் கேட்டார், "என்ரா டேய் சுகுமார்! வேதநாயகத் துக்கு தூசணத்தால பேசி அடிச்சனியோ?" வலக்காலில் துவக்கை ஊன்றி முன் சரித்து இடக்கையைப் பின்கட்டி வரிசையின் எட்டாவது ஆளாக நின்ற சுகுமார் சொன்னான் "அடிக்கேல்ல" குரல் கம்மி வந்தது.

"ஏன்ரா வேதநாயகம்! அவன் அடிக்கேல்லை எண்டுறான்?"

"தூசணத்தால பேசிக்கொண்டு நெஞ்சில அடிச்சு ரீசேட்டப் பொத்திப் பிடிச்சு இழுத்தவன்."

"என்னடா சுகுமார்?"

"ரீசேட்டப் பிடிச்சு இழுத்தனான் அடிக்கேல்ல."

"தூசணம் பேசினியோ?"

"ஓம்" தலையைக் குனிஞ்சான் சுகுமார்.

"நீங்கள் போராளிகள். உங்களுக்குள்ள அடிபடவாடா வந்தனியள். படுவா றாஸ்கல். நாளைக்கு உனக்குத் துவக்குத் தந்தால் சுடுபடுவியோ...? ஏன்ரா அடிக்கப் போனனி...?" கடைசியில வந்த இந்தக் கேள்வியில அலமலந்து போனது சுகுமாரல்ல; வேதநாயகம் தான். வேதநாயகம் பேயறைஞ்சவன் மாதிரி இருந்தான்.

ஆனால் சுகுமார், "சும்மா கதைவழிப்பட்டாப் போல..." என்று இழுத்தான். வேதநாயகம் சிரமப்பட்டு எச்சில் விழுங்கினான்.

"என்னடா அது சும்மா? கதைவழிப்பட்டா அடிக்கப் போவியோ? என்னடா அது தூசணம்? முதலில நல்ல பழக்க வழக்கங்களப் பழகுங்கோ. சண்டியர் கூட்டத்தையாடா இயக்கத்தில வளக்கிறம். ஒழுக்கமில்லாத ஓர்மம் வீரமாடா? அதுக்கு வேற பேர். சண்டித்தனம், காடைத்தனம், றவுடித்தனம்... எண்டுவரும். ஒழுக்கமுள்ளவனிட்ட ஓர்மம் இருந்தால்தான்ரா அது வீரம்." பொறுப்பாளர் கோபமான முகபாவத்துடன் கதைத்தார். கதை மனதைத் தைத்தது. ஆனால் ஏன்ரா அடிச்சனி என்ற அவற்ர கேள்விக்குப் பதில் வரேல்லை என்றதை மறந்து போனாராக்கும்.

"விடுதலைப்புலிகளில போராளியெண்டா அவனுக்கு முதல்ல நிதானம் தேவை. நிதானம் இல்லாதவனால சண்டையும் செய்யேலாது. பிறகு ஒரு... ஒரு மண்ணும் செய்யேலாது... சுகுமார் நீ என்ன செய்யிறாயெண்டா இந்தக் 'கேபிள்'ல ஏறி நிக்கிறாய்... விடிய விடிய நிக்கோணும். நித்திரை வரும். சினம் வரும். காலில கையில வலி எழும்பும். நிதானம் இழந்தியோ விழுந்து மண்டை உடையும்... விளங்குதோ?"

"ஓமண்ணை" சுகுமார் குனிந்த தலையில் பார்வையை மட்டும் உயர்த்திப் பதில் சொன்னான்.

இந்த விடயம் எங்கட அணியில பெரிய வேதனையைத் தந்தது. அம்புறுஸ் ஒரு பாவம் போல ப்ச்..ப்ச் என்று யோசிச்சு யோசிச்சு சப்புக் கொட்டினான். தன்னால்தான் எல்லாம் என்று நினைச்சிருக்க வேணும். வேதநாயகம் மற்றாக்களோட கதைக்க மனம் கூசினான். ஒருவரோடயும் கதைக்கேல்லை.

காட்டு மரங்கள் இரண்டில பயிற்சிக்காக 'ரைக்ர'ரால இழுத்துக் கட்டின கேபிள். அதுக்கு மேலால அஞ்சடியில

அடுத்த கேபிள். கீழ் கேபிளில நின்று மேல் கேபிளில பிடிச்சு நிற்கிறான் சுகுமார். தோளில துவக்குக் கிடக்கு. பத்துமணிக்குப் படுக்கிற நேரம் எல்லாருக்கும் சுகுமாரின்ர நினைவாத்தான் இருந்தது. ஆனாலும் அப்ப நித்திரையைப் போல ஒரு பெரிய வரப்பிரசாதம் வாழ்க்கையில வேறொன்றுமிருக்கேல்லை. படுக்க ஆயத்தப் படுத்தினம். அந்த நேரம் பார்த்து சுகுமார் கொட்டிலுக்க வந்தான். எல்லாருக்கும் பெரிய சந்தோசம். ஏனோ வேதநாயகம் கூட சந்தோசப்பட்டான்.

அம்புறுஸ் கேட்டான். "வினோத்தண்ணை போகச் சொல்லி விட்டுட்டாரோடா?"

"இல்லை, சாப்பிட்டிட்டு வந்து திரும்ப ஏறச்சொன்னவர்."

எல்லோருடைய முகங்களும் மறுபடி தொங்கின. சுகுமாரோட மேற்கொண்டு கதைக்க எவரும் விரும்பவில்லை. அவன் தன்ரை கோப்பையை எடுத்துக்கொண்டு போனான். எல்லாரும் படுத்தாங்கள். நானும்தான் படுத்தன். தண்டா என்னை எழுப்பினான்.

"எழும்பு சென்றியடா... எழும்படா சென்றி" எழும்பினன்.

நேரம் 12.10 "சுகுமாரை வினோத்தண்ணை இறக்கிவிட்டுட்டார்" தண்டா மெல்லச் சொன்னான். எனக்கு நித்திரை கலைஞ்சுது.

"இப்பதான் விட்டவர். வெளியில இருக்கிறான்."

வெளியில கொட்டிலின் பக்கவாட்டாக வரிச்சுத்தடியால போன ஞாயிறு நாங்கள் கட்டின இருக்கையில அவன் இருந்தான். நாங்கள் இருவரும்தான் காவல் கடமைச் சோடி. எங்கட அணிக்கு றோந்துக் காவல். இன்று நான் தனிய என்றுதான் எண்ணியிருந்தன்.

நான் அவனிட்டப் போய் "என்னடா விட்டுட்டாரோ? சரி போய்ப் படு. நீ சென்றி பாக்கவில்லையென்று தெரியவராது. ஒருத்தரும் கேட்கவும் மாட்டாங்கள். நீ பயப்பிடாமல் படு." அவன் இழந்த நித்திரையில் ஒரு மணித்தியாலத்தைக் கொடுத்து உதவ விரும்பினேன்.

"இல்லையடா கால் வலிக்குது. இப்பதான் பன்னிரண்டு மணிக்கு விட்டவர். அவரும் நித்திரை கொள்ளேலை. கொடிக் கம்பத்துச் சீமேந்துக்கட்டில இவ்வளவு நேரமும் இருந்தவர்."

“நீ இறங்கிடுவாய் எண்டு யோசிச்சாரோ?”

“இல்லையடா. அந்தாள் நல்ல மனிசன். தானிருந்தால்தான் நான் பயத்தில நித்திரை தூங்காமல் இருப்பன் எண்டு நினைச்சிருக்கக் கூடும். தற்சமயம் விழுந்தாலும் ஒருத்தரும் இல்லையெண்டதாலயும் இருந்திருக்கக் கூடும். அண்டைக்கு முதலாம் குறூப் சின்னப் பெடியள் எல்லாருக்கும் பணிஸ்மன் குடுத்திட்டு தானுமிருந்தவர். நான் கண்டனான்.”

“இப்ப தனக்கு நித்திரை வர விட்டுட்டார் போல” நான் சிரிச்சுக் கொண்டு பகிடிவிட்டன். அவன்ர மனதை இயல்பாக்க எண்ணி.

“இல்லையடா, இறங்கச் சொல்லிற்று கூப்பிட்டுக் கதைச்சார். ‘கோவப்படாத. துவக்குகளோட பிளங்கிறனாங்கள், மற்றவனுக்கு அடிக்கிற அளவுக்குக் கோவப்பட்டால், அது நல்லதில்லை. உனக்குத்தான் கூடாது. சரி போய்ப்படு’ என்று சொல்லிவிட்டவர்.”

“ஏன் அடிக்கப் போனனியெண்டு கேக்கேல்லையே?”

“இல்லை.”

“நீயேன்ரா பின்னேரம் சொல்லேல்ல. அவன் வேதநாயகத்தை மாட்டியிருக்கலாமே. அவனேதோ அம்புறுசைத் தின்னவழி யில்லாமல் வந்ததெண்ட மாதிரியெல்லே கதைச்சவன். அதைச் சொல்லியிருக்கலாமே நீ?”

“நீயென்னடா, அவன் வேதநாயகம் எங்களுக்கு முன்னால அம்புறுச அப்பிடிச் சொன்னான். நான் பயிற்சிமுகாமில எல்லாப் பெடியள், சீனியர்ஸ், மாஸ்ரர்மாருக்கு முன்னால அதைச் சொல்லி அம்புறுசை அவமானப்படுத்துறதே. நீயென்னடா மொக்கன் மாதிரி கதைக்கிற?”

எனக்கு என்னை நினைத்து மனம் கூசிச்சு. உண்மைதான், இந்த இடத்தில நான் மொக்கன் மாதிரி கதைச்சிற்றன். அம்புறுசுக்காக வேதநாயகத்தோட கதைக்கப் போய், கதைவழிப்பட்டதாலதான் அடிக்கப்போனதா பொய் சொல்லி அம்புறுசையும் அவமானப் படுத்தாமல், வேதநாயகத்துக்கும் பாடம் படிப்பிக்காமல் தான் தனியப் போய் தண்டனை செய்திட்டு வாறானே இவன். மனம் முழுக்க நின்றான் சுகுமார். கதைக்கயில்லை சும்மாயிருந்தம்.

02

இந்தப் பயிற்சி முகாம் காட்டிலேயே, இந்தக் கதிரையில் இருந்தால்தான் வானம் ஓரளவு தெளிவாகத் தெரிந்தது. அதைக் கண்டுபிடிச்சுத்தான் போன ஞாயிறு இவனோட நாகேந்திரனும் விசித்திரனுமாச் சேர்ந்து நாங்கள் இந்த வரிச்சுக் கதிரையைச் செய்திருந்தம். ஆஸ்பத்திரிக் கதிரைமாதிரி இருக்கும். இதில அமைதியா காட்டின் மௌனத்தையும் மௌனத்தின் ஒலியையும் கேட்டுக்கொண்டு, இருளையும் இருளின் ஒளியையும் பார்த்துக் கொண்டிருக்க அமைதியா சுகமா இருந்தது. இந்தச் சுகம் தனிமையில் ஒரு விதமாகவும், சேர்ந்திருக்கையில் இன்னொரு விதமாகவும் இருக்கும். இப்போ சேர்ந்து தனிமையில் இருக்க ஏதோ இனம் புரியாத குளிர்மையில் மனம் இலேசாகி மிதப்பதான உணர்வு.

வளர்பிறை அற்புதமாய் குழந்தையின் ஏணைபோலத் தெரிந்தது. எல்லாரையும் தாலாட்ட வானம் ஏனோ ஏணை கட்டிவைத்திருக்கிறது. குழந்தையின் பராக்கிற்காக மின்மினிகள். எண்ணி முடித்திடவா முடியுமதை? மின்மினிகளை ஒளித்து விளையாட்டுக் காட்டுகின்றன வெண்முகில்கள். அவற்றை அள்ளிக் கையில் சுற்றிக்கொண்டால் அருமையாக இருக்கும் போலயிருக்கிறது. வாழத்தெரிந்தவன் அந்த ஏணையில் படுத்துப் பரவசம் அடையலாம்; யார் வேண்டுமானாலும்; எத்தனைபேர் வேண்டுமானாலும்; எங்குள்ளவர் வேண்டுமானாலும். ஆனால், உலகில் வானத்தை எப்ப கடைசியாய்ப் பார்த்தனி? என்றால் யோசித்து முழிப்பவர்கள் எத்தனையோ பேர் இருக்கிறார்கள். காடு அமைதியாக இருந்தது. நிசப்தம் போன்று காதுக்கு இனிமை தரக் கூடிய ஒலி இந்த உலகில் எதுவுமே இருக்கமுடியாது என்று பட்டது.

"என்னடா வானத்தையே பார்க்கிறாய். கண்டதில்லையா?" என்றான் சுகுமார். அவனும் வானத்தைத்தான் பார்த்துக் கொண்டிருந்தான். வானம் பார்க்கத்தானே இந்தக் கதிரையே சரிக்கட்டினோம்.

"இல்லை வானத்தில நிலவு ஏணை மாதிரித் தூங்குது. இதில ஏறிப்படுக்க எத்தனை பேருக்குத் தெரியும்" என்றேன்.

அவன் வானத்தையே பார்த்துக்கொண்டிருந்தான். நான் அப்படிச் சொன்னது மனதுக்குப் பிடிப்பாக அவனுக்கு இருந்திருக்க வேண்டும் என நினைத்தேன்.

அவன் "ஏணையாவா? வேதநாயகத்திற்றப் போய் சொல்லிப்பார். உனக்கு விசர் வந்திட்டுது என்று வாத்திற்றப் போய்ச் சொல்லு வான். அது எப்படித் தெரியிறதெண்டது நீ என்னவா இருக்கிறாய் எண்டதிலதான்."

"ஆருக்கெண்டாலும் வானம் மனசுக்கு இதமான ஒரு விசயமில்லையா?"

"இளகின மனங்களுக்குத்தான் அப்பிடி. அதிகப் பணமுள்ளவர் களுக்கு அப்பிடியில்லை. அவர்களுக்கு மனம் இளகிறதில்லை. மற்றவனை எட்ட இன்னும் பணம் போதாது என்ற கவலை யவர்களுக்கு. அந்த முயற்சியில மனமிளகிற விடயங்களைப் பாக்கவோ கேக்கவோ அவையளுக்கு அவகாசம் இருக்கிறதில்லை. கண்ணை வெட்டும் பல்ப்பின்ர ஒளிதான் அவர்களுக்கு மனதை நிறைக்கும். இருண்ட மனங்களுக்கு இந்த மெல்லிய ஒளி உணரப் போதுமானதாக இல்லை. செறிவான நெருங்கின ஒளியைத்தான் அவற்றால உணர முடியும்." அவன் தியானத்தில கதைப்பது போலக் கதைத்தான். பிறகும் தொடர்ந்தான்.

"பொதுவா ஏழைகளுக்கு வானம் ஒரு கொடைதான். ஆனாலும, முதல்ல வயிறுநிறைய வேணும். வயிறு நிறையாட்டிக்கு உன்ரை ஏணை அதுகளுக்கு வெறும் சட்டியாகவோ பிச்சைப் பாத்திரமாகவோதான் தெரியும்."

எனக்கு மனம் என்னவோ போலிருந்தது; பிசைந்தது. தேவையில்லாமல் கண்கசிவதாகவும் பட்டது. ஆனால் அப்படி துக்கம்தரும் எதையும் நினைக்கவில்லை. நான் வானத்தையே பார்த்துக்கொண்டிருந்தேன். அவனும்தான் பார்த்துக்கொண்டிருந் தான். நான் அதைக் கலைத்தேன். "இரு நான் ரோந்து சுத்திக் கொண்டு வாறன்."

"நில்லு நானும் வாறன்."

“இல்ல நீ இரு, இல்லாட்டிப் படு.”

“இல்லை நடந்தால் கம்பியில நின்ற கால் சுகமாயிருக்கும்” அவனும் வந்தான். சுத்தி நடந்தோம். ஒவ்வொரு கொட்டிலிலும் நின்ற சென்றிக்காரங்கள் அன்றைய சங்கேதச் சொல்லைச் சொன்னாங்கள்.

“எஸ்.எம்.ஜி” என்றனர் அவர்கள்.

“நைன் எம் எம்” என்று பதில் சங்கேதச் சொல்லைச் சொல்லிக்கொண்டு சென்றோம். பதிற் சொல்லு சொல்லாட்டி எதிரி என்றுதான் அர்த்தப்படும். அதற்காகத்தான் ஒவ்வொருநாளும் சங்கேதச் சொல்லு வைக்கப்படுகிறது. தொடக்கத்தில் சும்மாதான் சங்கேதச் சொல்லு வைக்கப்பட்டது. பிறகு இவன் படிச்ச விசரன் தான் வினோத்தண்ணையிற்ர ஒருநாள் சொன்னான் “இந்தச் சங்கேதச் சொல்லை இராணுவப் பாடத்திட்டத்தோட சம்மந்தப் படுத்தி வைச்சாலண்ணை, சுலபமா பாடம் ஞாபகத்துக்கு வந்திடும். எழுதப் படிக்கத் தெரியாத ஆக்களுக்கு இது சரியான சுலபமா இருக்கும். வெவ்வேறு வகை துவக்கின்ர தொழிற்பாடுகள், ரவை அளவுகள், துவக்கின்ர பாகங்களெண்டு நினைவில வைச்சிருக்க சரியா கஸ்ரப்படுறாங்கள் பெடியள். அண்டைக்கு நடந்த சோதினையில ஐம்பதுக்குக் குறைய கனபெடியள் புள்ளி எடுத்தவங்கள். நான் சொல்லுறது பிழையோ அண்ணை!” என்று கேட்டவன்.

பொறுப்பாளர் கண்களை மேலே செருகி யோசிச்சார். பிறகு “நீ சொல்லுறது சரிதான்ரா தம்பி. இனிமேல் அப்படிச் செய்வம். சங்கேத மொழி ஒன்றுக்கொன்று தொடர்புடையதா வைக்கக்கூடாது. எதிரி ஊகித்தறிய வாய்ப்புக்குடுக்கக் கூடாது. இருந்தாலும் இந்த விசயத்தில பரவாயில்லை. நீ சொன்னபடி செய்வம்” என்றவர். பொறுப்பாளருக்குப் புத்திமதி சொல்லப்போய் படிச்ச விசரன் வம்பில மாட்டப்போறான் என்றுதான் நினைச்சம். ஆனால் அப்படி எதுவும் நடக்கேல்லை. எனக்கு, கல்லூரியில கணக்கு வாத்தியாருக்கு, மடக்கைப் பாடம் படிப்பிக்கேக்க இப்படிச் சுலோமமாச் செய்யலாமென்று ஒரு முறையைச் சொல்லப்போய் அந்தாள் பெடியள் பெட்டையளுக்கு முன்னால கையைத் தூக்கடா என்று பின்னியெடுத்தது எனக்கு ஞாபகம் வந்தது.

இதுக்குப் பிறகுதான் இப்படி சங்கேத மொழி வைக்கும் வழக்கம் வந்தது. விசித்திரன் படிக்கத் தெரியாதவங்களுக்குப் பாடம் சொல்லிக் கொடுத்த அனுபவத்தில இருந்து இதைச் சொன்னான். நல்ல விளைவு கிடைச்சுது. சுகுமாருக்கும் இதில வலு சந்தோசம். அவனுக்கு இந்த எண்களை ஞாபகம் வைத்திருக்க முடியிறதே இல்லை.

குசினிக் கொட்டிலடியால வந்துகொண்டிருந்தம். திரும்பிப் பார்க்க பயமா இருந்தது. மங்கலா இரண்டு அடுப்புத்தான் தெரியுது. காட்டில புகைவரக் கூடாது. எதிரிக்குத் தடையமாய்ப் போய்விடும். அதாலதான் புகைக்காத விறகா முதிரைக் கட்டையை எடுத்து எரிக்கிறது. அது இலேசில புகைக்காது. இலேசில நூரவும் மாட்டுது. விடிய விடிய இருக்கும். இந்தத் தணலுக்கு இரவுமழையில நனைஞ்சு கூதல் காய கரடி வருமாம். அதை நினைச்சாப் பயம். அண்டைக்கு ஒன்பதாம் அணியில கரடிபோக, சங்கேத மொழியைக் கேட்டிருக்கிறான் சென்ரிக்காரன். அது பேசாமற் போகத் திருப்பக் கேட்டிருக்கிறான். பிறகு விளங்கீற்று கத்திக்கொண்டு ஓடிற்றான். அதுக்குப் பிறகு இதால போகேக்க பயமாத்தான் இருக்கு. என்ன துவக்கையே கொண்டு திரியிறம்; கொட்டன்தானே. துவக்கென்று பெயர் வைச்சா துவக்காயிடுமே.

கரன் அண்ணையின்ரை கல்லறை கழிஞ்சு கொடிக் கம்பம் கழிஞ்சு வாறம்: மூன்றாம் அணி புகழேந்தி சென்ரியில நல்ல நித்திரை. போய்த்தட்டவும் துள்ளி எழும்பினான். எங்களைப் பார்த்து முழுசினான்.

"இப்பதான் சென்ரி எழுப்பி விட்டவன் அண்ணை... வந்திருக்க நித்திரை கலையேல... ஆனா முழிச்சுத்தான் இருந்தனான். நீங்கள் வந்ததைக் கவனிக்கேல்ல..." அவன் தடுமாறினான்.

நாளைக்கு இதைப் பொறுப்பாளரிட்டச் சொல்ல, அடுத்த தண்டனை கிடைக்கப்போகுது என்று வெருண்டான். இண்டைக்குப் பகல் என்னத்துக்கோ தண்டனையில ஓடுபாதையில ஓடிக்கொண்டிருந்தவன். சின்னப்பெடியன், களைப்பில ஏலாமலிருக்கும். சுகுமார் சொன்னான். "நீ படுறா தம்பி சென்றி முடிய எழுப்பிவிடுறன். பிறகு, நீ மற்றவனை எழுப்பிவிடு."

"..." பதில் இல்லாமல் அவன் முழுசினான். அவன் இதை நக்கல் என்றுதான் நினைச்சிருக்கவேணும் என்று தோன்றியது.

"நீ படுறா புகழேந்தி. நீயெல்லே இண்டைக்குப் பணிஸ்மன்ல ஓடினனீ. பிரச்சினையில்லை படு. வந்து எழுப்பிவிடுறன். பிறகு எங்களை இப்படிச் சொன்னதெண்டு மாட்டிவிட்டுடாதை."

அவனுக்குப் பெரிய சந்தோசமாக இருந்தது. படுக்கிறதுக்காக அல்ல. முதற் பிரச்சினை நித்திரை கொண்டதைச் சொல்லமாட்டம் என்றதுதான். வேற யாரும் இப்படிச் சொல்லியிருந்தால் நம்பமாட்டான். சுகுமார் இப்படிச் சொன்னபடியால் நம்பினான். ஏற்கனவே இப்படிப் பல விசயங்களில சின்னப்பெடியளுக்குச் சுகுமார் மேல அன்பும் நம்பிக்கையும் வந்திருந்தது. சீனியர்ஸ் வந்து பார்ப்பாங்கள் என்ற பிரச்சினை இண்டைக்கில்லை. அவங்கட கொட்டில்ல இண்டைக்குச் சத்தத்தைக் காணேல்லை. இல்லாட்டி, நாங்கள் வரேக்க ஏதாவது கத்தாமல் விடாங்கள். இப்ப அவங்களும் சென்றி நித்திரைபோல.

திரும்பவும் கொட்டிலுக்க வந்து வரிச்சுக் கதிரையில இருந்தம். கொஞ்சநேரம் மௌனம். பிறகு சுகுமார் கதைச்சான். அவன் சம்பவத்திலயிருந்து இன்னும் விடுபடவில்லை என்று தெரிஞ்சுது.

"நானும் ஒரு கஸ்ரப்பட்டவன்தான். எங்கட குடும்பமும் ஒரு கஸ்ரப்பட்ட குடும்பம்தான். அதால நான் கஸ்ரப்பட்டவனாகத்தானே இருக்கேலும். வேதக் குடும்பத்தில பிறந்தா வேதச் சமயம். சைவக் குடும்பத்தில பிறந்தா சைவசமயம் மாதிரி கஸ்ரப்பட்டவன் குடும்பத்தில பிறந்தா கஸ்ரப்பட்டவன்தானே! குடும்பம் ஒரு நிர்ப்பந்தமான உறவு. அதை விரும்பி எங்களால தெரிவு செய்ய முடியிறதில்லை. இன்ன குடும்பத்தை என்ரை குடும்பமாப் பெறவேணும் என்று இல்லையே. எங்க பிறந்தனோ அதுதான் என்ர குடும்பம். நிர்ப்பந்தமா இருந்தாலும் என்ர குடும்பத்தில வரும் பந்தமும் பாசமும் பிணைப்பும் மற்றக் குடும்பத்தில ஏற்படுகிறதில்லை. அதுதான் மனிசன்ர மிக மர்மமான அம்சம் என்று நினைக்கிறன்.' 'பேயோட பழகினாலும் பிரியிறது கஸ்ரம்' எண்டொரு பழமொழி இருக்கு. அப்பிடி இருக்கேக்க கூடிப்

பிறந்திட்டால் இரத்த உறவுக்கெண்டு ஒரு துடிப்பிருக்கத்தான் செய்யுது.

"என்ன குழப்பிறனோ? இல்லை... அவன் வேதநாயகம் அம்புறுசைப் பார்த்து அப்படிக் கேட்டிருக்கக் கூடாதெல்லோ! ஏழைக் குடும்பத்தில பிறந்தது அவன்ர பிழையா? இல்ல போராடவேணுமெண்ட அவன்ர உணர்வு ஏழைக் குடும்பத்தில பிறந்து வந்ததால தின்ன வழியில்லாம வந்த உணர்வாகிடுமா? பேயன்! தின்ன வழியில்லாதவன் ஏன்ரா போராட வரவேணும். வீட்ட விட்டு, குடும்பத்தை விட்டு, உறவை விட்டு, அதால துன்பப்பட்டு, தன்ரை வாழ்வை விட்டு, இளமையை விட்டு, மயிர்மட்டை எல்லாத்தையும் விட்டு, எதிர்காலத்தை விட்டு உயிரைப் பணயம் வைச்சு ஏன் இஞ்ச வாறான். சரி இஞ்சவந்து வாழுற வாழ்க்கை சுதியான வாழ்க்கையா? நித்திரைகூட இந்த இயக்க உலகத்தில பெரிசாத் தெரியிற, தனக்கெண்டு எந்த விருப்புவெறுப்பும் இல்லாத - இருக்கக்கூடாத வாழ்க்கை இது. உயிரைச் சுட்டுவிரல் நுனியில வைச்சிருக்க வேண்டியிருக்கு. கட்டளைக்குத்தான் கைகாலை ஆட்ட ஏலும். தின்ன வழியில்லாதவன் தெரிவு செய்யவேண்டிய வாழ்க்கையா இது...

"ஏன்ரா இல்லை கேக்கிறன், தின்ன வேணுமெண்டா உயிரப் பணயம் வைக்கிற அளவு துணிவுள்ளவன் ஒரு களவெடுத்தாலே போதுமே. லட்சாதிபதியாயோ கோடீஸ்வரனாயோ ஆகலாமே! வாழ்க்கையில எதையும் இழக்கத் தேவையில்லையே. இந்தளவு துணிவோ அபாயமோ அதுக்குத் தேவையுமில்லையே. இது இந்த விசரன் வெங்காய வேதநாயகத்திற்கு விளங்கேல்லையே!

"அம்புறுசைக் கேட்டுப்பார். அவன் போராட வந்ததிற்குப் பின்னால ஒரு கதையிருக்கும்; காரணமிருக்கும். அதுக்குள்ள ஒரு மனுசனுக்கு இருக்க வேண்டிய மனம் இருக்கும்."

அவனுக்கு மனம் கொந்தளித்து வார்த்தைகள் நெரியுண்டு விழுந்தன.

"எல்லாரும் அப்படித்தான் இருப்பாங்கள் என்று நினைக்கிறியா" நான் கேட்டுவிட்டேன். அப்படிக் குறுக்கறுத்துக் கேட்டிருக்கக் கூடாதென்று உடனேயே நினைத்தேன். அவனைக் கதைக்க அனுமதித்திருக்க வேண்டுமென்று பட்டது.

"அப்படி எல்லாரும் இருப்பாங்களெண்டு நான் சொல்லேல்ல. சில புறநடையளும் இருக்கும்; நிச்சயம் இருக்கும். ஆனாலொன்று, அவங்களிலும் கூடப் பலபேர் போராட வாறதெண்டு முடிவெடுக் கேக்க மனிசனுக்குள் இருக்கிற மிருகத்தனமான மனம் அவங்களிட்ட இருந்து பின்தள்ளப்பட்டு மனிசத்தனமான - இரக்கத்தனமான, தவறுகளை எதிர்த்துக் கேள்விகேக்கிற - மனம் அவங்களைத் தூண்டியிருக்கலாம். அவங்கள் வந்திருக்கலாம். ஆனால், அது மீண்டும் சக்தியிழந்து போகவும் கூடும். மிருக மனசிட்டயிருந்து மனிச மனசைப் பேணமுடியாமல் போகலாம். அதுக்காக அவன் முடிவெடுத்த தருணத்தில அவன் மனிசனாக இருந்தான் என்கிற உணர்வு பொய்யாயிராது."

தத்துவத்தனமாக அவன் கதைத்தான். இப்பிடி அவன் இதுக்கு முன்னம் என்னோட கதைச்சதில்லை. ஆனால், எப்பவும் கிழவனுகளப் போல பழமொழிகளை மறுமொழியாக்கும், கேள்வியாக்கும் இயல்பை அவனிட்ட நான் கண்டிருக்கிறன். அந்தக் கறுத்த, மெலிந்த, குச்சியான உடம்பு இப்படியெல்லாம் கதைக்கிறதே என்பது ஆச்சரியமாக இருந்தது. அம்புறுசை வேதநாயகம் இப்படிக் கேட்டது இவனை உலுப்பிவிட்டிருந்தது. இவன்ர மனதை இப்படிப் பாதித்திருக்கிறது. இது இந்தச் சம்பவத்தால மட்டும் உருவான உணர்வலையாக அவனுக்குள் நிச்சயமாக இல்லையென்று எனக்குப்பட்டது. தேங்கி நின்ற ஒரு உணர்நிலையின் மீது எறியப்பட்ட இன்னொரு கல் என்று பட்டதெனக்கு.

எண்ணங்களில் நான் மூழ்கியிருந்தேன். காட்டின் அமைதி இப்படியிருப்பதற்கு இடமளித்தது. இருளும்கூட சில மனநிலைகளில் இதமாகத்தான் இருக்கிறது. எந்த வாழ்க்கையிலிருந்து எந்த வாழ்க்கைக்கு வந்திருக்கிறேன் என்று நினைக்க ஒரே வியப்பாக இருந்தது.

"என்னடா ஒண்டுமே கதைக்காம யோசிச்சுக்கொண்டிருக்கிற?" என்றான் அவன்.

"இல்லையடா சும்மா யோசிச்சன். வா நித்திரையோ எண்டு அவங்கள் யோசிக்கப்போறாங்கள். அடுத்த ரோந்துச் சுத்தையும் சுத்திப்போட்டு வருவம்."

எழும்பி நடந்தம். ஐந்தாம் கொட்டிலில் நின்றவன் "நில்! காஸ்கட்" என்றான்.

"டேய் எஸ் எம் ஜியடா... என்னடா மறந்திட்டாய்; மாட்டின இண்டைக்கு" என்றான் சுகுமார்.

"இல்லையண்ணை, இண்டைக்கு மறந்திட்டன். ஞாபகம் இருந்தது. இப்ப மறந்திட்டன்" என்றான் அவன்.

நேற்று வைத்த சங்கேதச் சொல்லுத்தான் காஸ்கட். பதில் சொல் 'அருள் 89'. போன சண்டைகளிலை காஸ்கட் லிவரைத் தூக்காமல் அருள் 89 'கிறனைற்'ற கொழுவி அடிச்சதால அது பக்கத்தில விழுந்து அடிச்சவனையே பதம்பாத்து விபரீதமாப் போயிற்று. இந்திய அமைதிப் படையடை புலிகளுக்கு எதிராக உருவாக்கிய பலாத்கார தமிழ்த் தேசிய இராணுவத்திற்குக் குடுத்த துவக்குக்குத்தான் இப்படிக் காஸ்கட் அமைப்பு இருந்தது. அந்தத் துவக்குத்தான் படையணியிலகூடப் பாவனையில இருந்தது. அதாலதான் ஞாபகம் வைச்சிருக்கிறதுக்காகப் பொறுப்பாளர் நேற்று இப்படிச் சங்கேதச் சொல்லை வைத்தார்.

நாளைக்குத் தண்டனை நிச்சயமென்று சென்றிக்கு நின்றவன் பயந்துகொண்டு நின்றான். போகும்போது கேட்டான் ஒரு கெஞ்சல்தனத்தோடு, "அண்ணை நாளைக்கு லைனில சொல்லுவிங்களோ?"

"பின்ன..." என்ற சுகுமார் பிறகு "நான் சும்மாடா. மற்றவனைச் சென்றிக்கு எழுப்பேக்க நீ அவனுக்கு ஞாபகப்படுத்திக் குடு. எல்லாரும் இதைச் செய்தா உனக்குச் சென்றி தாறவனும் சொல்லித் தருவான்: பாடமுமாகுது, பணிஸ்மனும் தேவையில்லை. ஒற்றுமையா இருக்கப் பாப்பம்" என்று சொல்லிக்கொண்டே நடந்தான் சுகுமார். இவனுக்கு நல்லதுகளை நினைச்சுத்தான் எப்பவும் பழக்கம். யாரும் நோகக் கூடாது. யாரும் வருந்தக்கூடாது. இவன் நிறைய நொந்துபட்டவனாக இருக்க வேண்டுமென்று எண்ணினேன்.

சுத்திவிட்டு மீண்டும் வந்து வரிச்சுக் கதிரையில இருந்தம். அவன்தான் தொடங்கினான்.

"நான்தான் சொன்னேனே என்ர குடும்பம் கஸ்ரப்பட்ட குடும்பந்தானெண்டு... " அவன் கதைக்க விரும்பினான் என்பதைத் தெரிந்துகொண்டேன். ஆனால், எங்களுடைய

காவற்கடமை முடிய இன்னும் கொஞ்ச நேரம்தான் இருந்தது. அதோட அவன் இன்னும் நித்திரையே கொள்ளேல்ல. ஆனாலும் அவன் இப்ப நித்திரையைவிட என்னோட மனம்விட்டுக் கதைக்க விரும்பிறான் என்பதை விளங்கினேன். அதைக் குழப்ப வேண்டாமே என்று பேசாமல் இருந்தேன்.

"...அப்பாக்கு இன்ன வேலையெண்டு இல்லை. கூலி வேலைக்குப் போவார். சுருட்டு சுத்தப் போவார். மனிசன் குடியும். ஊரில செத்தவீடெண்டால் பட்டினத்தார் பாட்டுப் படிக்க இவரைத்தான் கூப்பிடுறது. இப்ப அவருக்கு ஏலாது. பாரிசவாதத்தில கால் இழுத்திட்டுது. மூத்தது அக்கா. மற்றது அண்ணா. இரண்டு தம்பி சின்னாக்கள். அண்ணை பொறுப்பில்லாதவன். ஊர் சுத்துறதுதான் தொழில். நான் படிச்சுக்கொண்டிருந்தன். அம்மா சந்தையில காய்கறி வித்தா. கொஞ்ச வருமானம். சாப்பிடுறதே பெரும்பாடு. அதில படிக்கிறதென்னெண்டு. நான் பின்னேரத்தில சைக்கிள் கடையில உதவிக்கு நிண்டன். வகுப்பில பத்துக்கும் இருவதுக்கும் இடையில வருவன். அதுக்கு மேல வர ஏலாது. பணமில்லை. ரீயூசனில்லை. பணமில்லை. அதால வீட்ட படிக்கவும் மனமில்லை. பணமில்லாததால படிப்பு ஒரு பிரச்சினையாயுமில்லை. வீட்டில அத விடப் பெரிய பிரச்சினைகள் முக்கியமானதாக இருந்திது...

"பள்ளிக்கூடத்துக்குப் போறது குறைஞ்சிது. பிறகு பரீட்சைக்குப் போகாமல் விட்டன். இடைக்கிடை மட்டும் போனதில படிப்பு மண்டையில ஏறயில்லை. அதால போறநேரங்களிலயும் ஒதுங்கியிருக்க வேண்டியிருந்திது. வெக்கமாயிருந்திது. இந்த அவஸ்த்தை வேண்டாமெண்டு ஒரேயடியா நிண்டுட்டன். நானுழைத்தால் தம்பியாக்களாவது படிக்கலாம். நானும் படிச்சால் ஒருத்தரும் படிக்கேலாது எண்டு அனுபவத்தில பட்டுது. பிறகு முழுநேரம் சைக்கிள் கடைதான். முதல் கொஞ்சநாள் என்னோட படிச்ச பெட்டையளே காலமை பள்ளிக்கூடம் போகேக்க சைக்கிளுக்குக் காத்தடிக்க, ஒட்ட எண்டு வர நெஞ்சுக்க வலியாயிருந்திது. வெக்கமாயிருந்திது. பிறகு அதைப் பகிடிவிட்டு பம்பலாக்கி எனக்கு நானே பழக்கப்படுத்திக்கொண்டன். முதல்ல அப்படி நடிச்சன். பிறகு அதுவே இயல்பாயிற்று...

“நாலு பெடியளுக்கு ஒரேயொரு பொம்பிளைச் சகோதரம் அக்கா. அதால அக்காவிலதான் பாசம். அவளுக்கும் என்னில பாசம்தான். சைக்கிள் கடைக்காரன் தொடக்கத்தில முப்பது ரூபா தருவார். சொந்தமா உழைச்சதில அதே பெரிய காசாத்தான் இருந்திது. தம்பியாக்களுக்கு கொப்பி பென்சில் எண்டு எதிலும் குறைவிடுறதில்லை. அம்மாட்ட காசைக் குடுப்பன். கொஞ்சநஞ்சம் வாற சில்லறைக் காசை அக்காட்ட உண்டியலுக்க போடக் குடுப்பன். அதுக்கு உண்டியலுக்குப் போட காசு குடுத்தா படு புழுகம். அது ஆறாம் வகுப்போட படிப்பை விட்டுட்டு. அம்மா சந்தைக்குப் போறதால சமையல் வீட்டலுவல் எல்லாம் அக்காதான். அக்கா கோழி வளத்திது. முட்டை விற்கும். எனக்கும் இரகசியமா அவிச்சுத் தரும். சிலவேளை அதை நான் இரகசியமா தம்பியாக்களுக்குப் பாதிப் பாதி குடுப்பன். என்ர உழைப்பு பெரிய உழைப்பில்லை. ஆனாலும், இப்ப குடும்பத்தில மத்தியானச் சாப்பாடு, இரவுச் சாப்பாட்டுக்குப் பஞ்சமில்லை. காலமையில தம்பியாக்களுக்கு ஒவ்வொரு சங்கிலி பணிஸ் அக்கா குடுக்கும். ஆடு வளத்தம். ஆட்டுப் பாலில ஒரு தேத்தண்ணி. அதுதான் மற்றாக்களுக்குச் சாப்பாடு. பழசு ஏதாவது மிஞ்சியிருந்தால் அதக் குழைச்சு ஒரு திரணை தின்னுவம்.

“அக்காக்கு உண்டியலில காசு போடுறது ஒரு புழுகம். எனக்கு அதுகின்ர புழுகத்தப் பாக்கிறதில ஒரு புழுகம். சில்லறை குடுக்கிற நேரத்திலயெல்லாம் நினைப்பன்: தாள்க் காசா நூறு ஆயிரமா குடுக்கவேணுமெண்டு. இப்போதைக்கு இரண்டும் அஞ்சும்தான் குடுத்தன். உண்டியல் காசை அக்கா என்ன செய்யும்? இப்படி அடிக்கடி நான் நினைப்பன். ஆனாலும், எனக்குத் தெரியும்: அது ஒண்டில் எங்கட அம்மன் கோவில் திருவிழாவுக்காக. இல்லாட்டி தைப்பொங்கல் அண்டைக்கு வாற மருதடிப் பிள்ளையார் கோவில் தேருக்காக எண்டு. இந்த இரண்டும்தான் அக்கா புழுகமா எடுபடுற கொண்டாட்டம். அக்கா எடுப்பா வெளிக்கிடுற நாள்களும் இவைதான். எடுப்பென்றால் சும்மா இலேசுப்பட்ட எடுப்பில்லை. எக்கச் சக்கமான எடுப்பு. அக்கா வீட்டவிட்டு வெளியில வெளிக்கிடுற நாள்களும் அம்மன்கோவில் திருவிழாவும் மற்றது மருதடித் தேரும்தான். அக்காவைப் பொறுத்தவரை வெளியுலகமெண்டா அநேகமா இந்த இரண்டும்தான். இல்லாட்டிக்கு, அருமை பெருமையா எப்பையாவது இருந்திட்டு மானிப்பாய்

ஆஸ்பத்திரிக்கு. இதவிட, வெளியுலகம் இருந்ததா இல்லை. இதால இந்தத் திருவிழாவுக்கு வெளிக்கிடுறதெண்டால் வீட்டில அக்காவின்ர அமளிதுமளி பெரிய திருவிழா...

"மூன்று நாலு சட்டைகளைக் கொண்டுவந்து அம்மாட்டை ஒரு நூறு தரம், என்னட்ட ஒரு இருநூறு தரம், போகிறபோக்கில தம்பியாக்களிட்டயும் 'எப்படியடா இருக்கு' எண்டு பத்துத் தரம், இப்பிடி ஆளைவிடாது. அதுக்கு நல்லாயிருக்கு சொல்லுறதிலேயே எனக்கு விசர் வந்திடும். நான் நல்லாயிருக்கெண்டு சொன்னால் பத்தியப்படாது. இது நல்லாயில்லையோ எண்டுசொல்லி இன்னொண்டைப் போய்ப்போட்டுக்காட்டும். பிறகு அம்மாட்டப் போய்க் காட்டும். அம்மா வேறொண்டை நல்லாயிருக்கெண்டு சொல்லுவா. 'உனக்கொண்டும் விளங்காதணை இது பெரிசா இப்ப ஸ்ரைல் இல்லை. சனங்கள் போடுறதில்லை' எண்டு சொல்லும். அம்மா புறுபுறுப்பா; 'பின்னையேன் அதைப் போட்டுக் காட்டுற' எண்டு. அக்காவால தெரிவுசெய்ய முடியிறதில்லை. நான் சொல்லுவன் 'சாமி சுத்தி முடியப்போகுது; உன்ர சாத்துப்படி இன்னும் முடியேல; சனங்கள் வீட்ட போகப் போகுதடி; ஐயர் போக முன்னமாவது போ' எண்டு. அது நேரத்தப் பார்த்துப் பார்த்து ஓடித் திரியும்.

"பிறகு நகைபோடுற பிரச்சினை. அது அவ்வளவு மோசமா இருக்காது. பிறகு செருப்பு, 'கோயிலுக்குப் போறாய் பிறகேன் செருப்பு' எண்டு நான் கிண்டுவன். அது கேளாது. 'விசரே கோயில் வரைக்கும் செருப்புப்போடாம றோட்டால போறதே' எண்டு அது என்னைப் பேசும். அதுக்கு றோட்டு எண்டதே ஒரு வைபவம்தான். செருப்பு போடாட்டி தன்ர வடிவில ஒரு பெரிய விழுக்காடு குறைஞ்சுபோகும் எண்டதுதான் உண்மையான நோக்கம். இப்பிடிப் பெரிய ரகளை பண்ணும் அக்கா. ஆனாடா, நகைநட்டு, சட்டை, செருப்பு இருக்குதே இதெல்லாம் ஆற்றையெண்டு நினைக்கிறாய்..."

அவன்ர குரல் தணிந்தது. தழுதழுத்தது. கதைசொல்லி வந்த வேகமும் உற்சாகமும் இந்த இடத்தில நின்றுபோச்சு. எனக்கு மனதைப் பிசைந்தது. இருட்டில அவனது முகம் சரியாத் தெரியேல்லை. நிலவு மரக்கிளைகளுக்கிடையே ஆங்காங்கே விழுந்தது. ஆனாலும், அவன் அழுகிறான் என்று எனக்குத் தெரிந்தது. எனக்கும் தொண்டை கட்டுவதுபோல

இருந்தது. நான் திரும்பிப் பார்த்தபடி மௌனமாயிருந்தேன். அவன் விறைப்பாய் மற்றப் பக்கம் திரும்பி வானத்தைப் பார்த்துக்கொண்டிருந்தான். பாதியில் உட்குழிந்திருந்த நிலவு வானத்தில் வெறும் சட்டியாய் மரக்கிளைகளுக்கிடையே தெரியாமற் தெரிந்தது.

"அந்தச் சட்டைகளெல்லாம் அக்கா அக்கம்பக்கத்தில வாங்கினதுதான்... நகைநட்டும் அப்பிடித்தான்... செருப்பும்கூட அப்பிடித்தான்ரா..."

அவன் தணிந்த குரலில் கதைத்தான். வார்த்தைக்கு வார்த்தை இடைவெளி விட்டுவிட்டுக் கதைத்தான். அந்த இடைவெளிக்குள் அகப்பட்டு அவஸ்தைப்பட்டு அவஸ்தைப்பட்டு வெளியே வந்தான். இரண்டு வார்த்தைகளுக்கிடையிலான மௌனத்தில் என் மனம் நசிந்தது. இது ஒரு வலி. பட்டால் மட்டும் புரியும் வலி.

"....அக்காட்ட நல்லதெண்டு இருந்தது. நாலஞ்சு வருசத்துக்கு முன்னம் வாங்கின ஒரு றோஸ் கலர் சட்டைதான். சுருக்கு வைச்ச பொம்மலான சட்டை. அப்பயெல்லாம் அதைத்தான் அடிக்கடி போட்டா. இப்ப இதை, வேறு அக்கம் பக்கத்துப் பெட்டையள் வந்து எடுத்துக்கொண்டு போயினம். அக்காக்கு இதில ஆர்வமில்லை. பக்கத்து வீட்டுப் பெட்டையளிட்ட வாங்கிவாற சட்டையளில கடைசியா ஒண்டைப்போடும். நகைநட்டும் அப்பிடித்தான். நகையளப் பொறுத்தவரைக்கும் மாறுறது பெரிய கஸ்ரம்தான். செத்தவீடு, குழந்தை பிறந்ததெண்டு ஆரும் துடக்குக்கார வீடுகளிருந்தா வாச்சுப்போயிடும். அவையள் கோயிலுக்குப் போகாயினம்தானே. அக்கா அவையிட்ட ஒரு கிழமைக்கு முன்னமே சொல்லிவைச்சிடும். இதைவிடச் சில அதிஸ்ரமும் அக்காக்கு அடிக்கும். பொம்பிளையளுக்கு மாதத் துடக்கு இருக்குத்தானே. அப்பிடி ஏதும் அக்கம் பக்கத்துப் பிள்ளையளுக்கு வந்திட்டா அதுகளின்ர காற்சங்கிலியையோ தோட்டக்காப்பையோ வாங்கிப்போடும். அம்மாட்ட ஒரு பவுண் சங்கிலி இருந்திது. அதிலதான் தாலியக் கோத்து வைச்சிருந்தா. காலையில அக்கா அதை வாங்கிக்கொண்டு கோயிலுக்குப் போய் வரப் பிறகு அம்மா அதைப் போட்டுக்கொண்டு போய்வருவா...

“நான் இந்த உண்டியல் காசில அக்கா திருவிழாவுக்குச் சட்டை வாங்குமென்று நினைச்சுத்தான் இருந்தனான். ஒருநாள் தூக்கிக் கிலிக்கிப் பாத்தன். பாரமாத்தான் இருந்திது. ஆனால், காணுமோ தெரியேல எண்டுட்டு அம்மன் கோயில் திருவிழாவும் கிட்ட வரவும் அடிக்கடி சில்லறையள் கொண்டந்து குடுத்தன். ஆனால், கடைசியில என்ன நடந்திது...

“இந்த உண்டியல் காசில, அக்கா திருவிழாவுக்கு ஒரு கிழமை முந்தி அம்மாவோட சந்தைக்குப்போய் உடைச்ச உண்டியல் காசில எனக்கொரு சாறமும் சேட்டும் வேண்டிக்கொண்டந்திது. அம்மா மறிச்சவாவாம், ‘ஏன்ரி உனக்கொரு சட்டையெடன்’ எண்டு. அக்கா மாட்டன் எண்டுட்டாளாம். ’தம்பிக்குச் சாறமில்லை. இருந்த சாறத்தை சைக்கிள் கடைக்குக் கட்டி ஒயிலும் கிறீசும் பிரண்டு போச்சு, சேட்டும் பள்ளிக்கூட வெள்ளைச் சேட்டுத்தானே வைச்சிருந்தவன். இப்ப அதைப் போடேலுமே. கோயிலுக்கு அவன் என்னத்தைக் கட்டிக்கொண்டு போறது?’ எண்டு சொல்ல, அம்மா சும்மா இருந்திட்டாவாம்...

“‘மூத்தவனுக்கெடுக்கேல்ல இவனுக்கு மட்டும் எடுக்கிறாய் அவன் என்ன நினைப்பான்?’ எண்டு அம்மா பேசியிருக்கிறா. ‘அவனுக்கு ஏதோ உடுக்க இருக்குத்தானே. இல்லாமல் இருக்கிறானே.’ அக்கா கேட்டிருக்கு. எண்டாலும் அம்மாவுக்கு மனம் பொறுக்கேல்ல. தான் கொஞ்சநஞ்சம் பதுக்கி வைத்திருந்த காசில அண்ணைக்கும் ஒரு சாறம் எடுத்தா. பேய் மனிசி, அந்தக் காசில அக்காக்கொரு சட்டையெடுத்திருக்கலாம்; யோசிக்கேல்ல. அம்மாக்களுக்கு ஆம்பிளைப் பிள்ளையளிலதானே கவனம். அதோட, எனக்கு எடுக்கேக்க அவனுக்கெடுக்காமல் இருக்க அம்மாக்கு மனசு வரேல்ல எண்டு நினைக்கிறன்...

“அக்கா அண்டிரவு நான் வர ‘தம்பி இஞ்ச வாவன் இதப் பாரன்’ எண்டுச்சிது. போய்ப் பாத்தா சாறம், சேட்டை வைச்சுக் கொண்டிருக்கு. ‘உனக்குப் பிடிச்சிருக்கோ சொல்லு’ எண்டுச்சுது. ‘எங்கத்தயான்?’ எண்டு கேட்டன். அது, தன்ரை காசில வாங்கினான் எண்டு சொல்லுச்சு. எனக்கு முழுக்க விளங்கீற்று. உண்டியல் உடைச்சாச்சு. எனக்கு உடன கோவம்தான் வந்திது. அதின்ர முகத்தைப் பாக்க பேச மனம் வரேல்லை. அது வலு புழுகத்தில இருந்திது. தான் முதன்முதலா

தன்ர காசில தம்பிக்கு உடுப்பெடுத்துக் குடுத்திட்டன் எண்ட புழுகம் அதுக்கு. பார், ஒரு தம்பியாக இருந்தும் உழைச்சுக்கூட அக்காக்கு முதல்ல என்னால ஒரு சட்டையெடுத்துக் குடுக்கேலாமல் போச்சு. ஆனால், அக்கா உடுப்பெடுத்துத் தந்திட்டுது. நான் 'நல்லாருக்கு. நீலக் கலர் சேர்ந்தது எனக்குப் பிடிக்குமெண்டு உனக்கென்னண்டு தெரியும்?' எண்டன். 'எனக்குத் தெரியாதே தம்பிக்கு எது பிடிக்கும் பிடிக்காதெண்டு?' சொல்லிச்சு. உண்மையா அதுகின்ர தெரிவை மெச்சுறதாக ஒரு ஒப்புக்குத்தான் நான் அப்பிடிச் சொன்னனான். அது மனநோகுமெல்லே...

"தம்பியாக்கள் அழத் தொடங்கிற்றாங்கள்; தங்களுக்கு உடுப்பெடுக்கேல்லயெண்டு. இது பெரிய பிரச்சினையாப் போச்சு. எனக்கு மனம் பொறுக்கேல்ல. நான் நூற்றியம்பது ரூபா கடன் வாங்கிக்கொண்டு வந்து அம்மாட்ட குடுத்தன்; தம்பியாக்களுக்கு உடுப்பெடுத்துக் குடணையெண்டு. வெள்ளைச் சேட்டும் நீலக் காற்சட்டையும் ரண்டு பேருக்கும் எடுத்தா. காணாத மிச்சக் காசுக்கு சந்தைக்காரனிட்ட கடன் சொன்னா. பள்ளிக்கூட உடுப்பெண்டால் அவங்கள் எல்லாத்துக்கும் போடுவாங்கள். அவங்களுக்கு அதப் பற்றிக் கவலையில்லை. கலர் உடுப்பெண்டா பள்ளிக்கூடத்துக்குப் போட்டுக்கொண்டு போய்க் காட்டேலா தெல்லோ?

"திருவிழா வந்திது. எல்லாருக்கும் உடுப்பிருக்கு, அக்காக்கில்லை. ஆனாலும், அக்கா தன்ர வழமையான முறையில உடுப்புப் போட்டுக்கொண்டு போச்சுது எனக்கு அதைப் பாக்க வேதனையா இருந்திச்சு. நான் அந்த முறை பெரிசா கோயிலுக்குப் போகேல்ல. மற்றப்படியெண்டா முழுநேரமும் கோயில்தான். இதுக்குப் பிறகுதான் நான் ஒரு முடிவெடுத்தன்: சயிக்கிள் கடையைவிட வேறையொரு வேலையும் தேடவேணுமெண்டு.

"வேலை தேடித்திரிஞ்சு களைச்சுப்போனன். ஒண்டும் சரியா வரேல்ல. இந்த வேலையையும் விடேலாது. வேறயொண்டையும் பாக்கோணும். ஒண்டுமே சரிப்பட்டு வரேல்ல. கடைசியில ஒண்டைக் கண்டுபிடிச்சன். தோட்டங்களில இருந்து காலைல சந்தைக்கு மரக்கறி கட்டினன். அம்மாவோட சந்தைக்குப் போனதால கொஞ்சம் சந்தையப் பற்றி பழக்கமிருந்திது. காய்கறிகளைச் சந்தைக்குக் கொண்டு போகேலாத

தோட்டக்காரரைத் தேடிக் கண்டுபிடிச்சு அவையிற்றயிருந்து சந்தைக்கு மரக்கறி கட்டினன். சின்னதாச் செய்தாலும் கொஞ்ச நேர வேலைதானே. இருவது, முப்பது சிலவேளை நாப்பது ரூபா தேறும். கொஞ்ச நாளையில சந்தையின்ர நீக்குப்போக்குகள அறிஞ்சிட்டன். தொழில் பிடிபட்டுது. தொடக்கத்தில சிலதடவை நடந்தமாதிரி பிறகு கையில பொறுக்கிறேல்ல."

சொல்லிவிட்டுக் கொஞ்சநேரம் அமைதியாக இருந்தான்.

"என்னடா நான் கதைச்சுக்கொண்டேயிருக்கிறன் உனக்கு விசரா இருக்கா?"

"ச்சீ... ச்சீ... அப்படியொண்டுமில்லை." நீண்ட நேரம் உறைந்திருந்த எனக்கு வாய்திறக்க ஏனோ தாடை வலித்தது.

"சென்றி முடிஞ்சிருக்குமே, என்ன நேரம்?" என்றான்.

"சென்றி முடிஞ்சிருக்கும். வா போய் நேரத்தைப் பாத்துக் கொண்டு வருவம்."

கொடிக் கம்பத்துக்குப் பக்கத்துப் பாலை மரத்தில மணிக்கூடு தொங்கவிடப்பட்டிருக்கும். நடந்துபோய்ப் பார்த்தம். நேரம் 1.50.

அரை மணித்தியாலம் கூடுதலா ஆச்சு. பரவாயில்லை. புண் நாகேந்திரனும் விசித்திரனும்தான் அடுத்த சென்றி. வேற யாரு மென்றால் இதுவே விபரீதமாய்ப் போயிருக்கும். இரண்டு பேரும் சென்றி நித்திரையென்று தண்டனை வாங்கியிருக்க வேண்டியிருந் திருக்கும்.

கொட்டிலுக்குப் போய் விசித்திரனையும் நாகேந்திரனையும் எழுப்பி சென்றியைக் கொடுத்தோம்.

"அட, வினோத்தண்ணை உன்னை இறக்கிவிட்டுட்டாரே?"

"ஓ.. பன்ரெண்டு மணிக்கே இறக்கிவிட்டிட்டார். நாளைக்குக் கதைப்பம்" என்றான் சுகுமார்.

எனக்குப் படுத்ததும் நித்திரை வரும் மாயமந்திரம் பயிற்சி முகாமிலதான் நடந்தது. ஆனால், இண்டைக்கு மட்டும் வரமறுத்திட்டுது. இருந்தாலும் கொஞ்ச நேரத்தில நித்திரையாகித் தான் போயிற்றன்.

மறுநாள் காலை பயிற்சி முடிந்து வந்து கொட்டிலில் இருந்தோம். வேதநாயகம் யாருடனும் கதைக்கவில்லை. சுகுமார் கம்பியில் இரவு நின்றுவிட்டு வந்ததால் மற்றவர்கள் தன்னைப் புறக்கணிப்பதாக வேதநாயகம் எண்ணியிருக்க வேணும். அல்லது, தான் பிழை செய்துவிட்டதான குற்ற உணர்வாகவும் இருக்கலாம்.

சாப்பிடப் போகேக்க வழியில் வேதநாயகம் சுகுமாரிட்டச் சொன்னான். “மச்சான் நான் செஞ்சது பிழையடா ஒத்துக் கொள்ளுறன். என்னை மன்னிச்சுக்கொள்ளு.”

“ச்ச.. ச்சா.. வேதநாயகமண்ணை நானுன்னை தூசணத்தால பேசி அடிக்க வந்தது பிழைதான். நீ விட்ட பிழை அன்பரசனுக்கு. அம்புறுசிட்ட நீ போய் மன்னிப்புக் கேள். அதுதான் சரி.”

“அது நான் கேப்பன். ஆனா நீயென்னை மன்னிச்சுக்கொள். நீங்கள் நினைக்கிற மாதிரியான ஆளில்ல நான்.”

இது நடந்தது மற்றவர்களுக்குத் தெரியாது. பின்னேரம் நடந்த ஒன்றுகூடலில் காக்கா வேதநாயகத்திற்கு அலுவலக் குடுத்தான். “வ்..வ்.. வினோத்தண்ணை, வேதநாயகமண்ணை என்னைத் தூசணத்தால பேசினவர்.”

“ஏன்டா பேசினனி?”

“நானொன்றும் பேசேல்லையண்ணை” ஆத்திரமடைஞ்சான் வேதநாயகம் தன்மீது பொய்க் குற்றச்சாட்டு சொல்வதாக.

“என்னடா சுமன். அவன் பேசேல்லையென்றான். என்ன சொல்லன் என்ன நடந்தது?”

“சாப்பிட்டுக் கை கழுவிற இடத்தில நான் இடம் விடேல்லை எண்டு வேசமோனே, அங்கால தள்ளடா எண்டு சொன்னவர்.”

“என்னடா வேதநாயகம் சொன்னனியோ?”

“...” வேதநாயகம் வாயடைச்சுப்போனான்.

“இல்லையண்ணை, நான் சும்மா சொன்னனான். அப்பிடி நினைச்சு நான்...”

வேதநாயகம் தட்டுத்தடுமாறி வசனத்தை முடிக்க முன்னமே பொறுப்பாளர் சீறினார்.

“என்னடா அது சும்மா... சும்மா பேசிற வசனமாடா அது?”

“இண்டைக்கு இரவு சாப்பிட்ட பிறகு பன்ரெண்டு மணிவரைக்கும் நீ ஓடுபாதையில நடக்கவேணும். அதோட பாதையில இருக்கிற ஒவ்வொரு மரத்துக்கும் சொல்லிச்சொல்லி நட, தூசணம் பேசமாட்டன். தூசணம் பேசமாட்டன் எண்டு. என்ன விளங்குதோ?”

“ஓமண்ணை.”

வசமா மாட்டிவிட்டான் காக்கா. காக்கா சொன்னது பொய்யில்லை. வேதநாயகத்திற்கு ஒரு பழக்கமிருக்கு. கதைக்கேக்க முன்னுக்கு அல்லது பின்னுக்கு வேசமோன்ரை என்று தணிச்சுச் சொல்லுவான். அதைப் பொருளுணர்ந்து சொல்லுறதில்லை. அதை வைச்சு இவன் காக்கா நேற்று வேதநாயகம் சுகுமாரை மாட்டினதுக்காகப் பழிவாங்க இதைச் சொல்லிவிட்டான். “அட வேசமோன்ரை இஞ்சால தள்ளடா...” எண்டு வேதநாயகம் சொல் லித்தானிருப்பான். அதைக் காக்கா விவகாரம் ஆக்கிவிட்டான்.

கொட்டிலுக்குத் திரும்ப வந்ததும் வேதநாயகம் நொந்து போயிருந்தான். சுமன் முகம் பாக்கவேயில்லை. எல்லாருக்கும் சுமன் தன்ர காக்கா வேலையைச் செய்தது விளங்கித்தான் இருந்தது. வேதநாயகம் குந்தியிருந்திட்டுச் சொன்னான். “இப்பிடிச் செய்யக்கூடாதடா. ச்சீ இப்பிடி மனிசனாப் பிறந்தவன் செய்யவே கூடாதடா.”

“அப்ப, நீங்கள் மனிசன் இல்லையெண்டத ஒத்துக் கொள்ளுறியளோ?” காக்கா நக்கலாகக் கேட்டான்.

“நான் செய்தது பிழையடா, சுகுமாரிட்ட நான் காலமையே மன்னிப்புக் கேட்டனான். கேட்டுப்பார். அம்புறுஸ் நீயும் மன்னிச்சுக்கொள். நான் பிழை செய்திட்டன். நான் உன்னை அப்பிடிச் சொல்லியிருக்கக் கூடாது. ஆனால், உண்மையில நான் அப்பிடி மனசில நினைச்சுச் சொல்லேல்ல. என்னை நம்புங் கோடா” வேதநாயகம் பார்க்கப் பாவமாகத் தெரிந்தான்.

அம்புறுஸ் கதைத்தான், “வேதநாயகமண்ணை நீ இஞ்சபார், நான் சாப்பிடுறதுக்கு இயக்கத்துக்கு வரேல்ல. நாங்கள் இடம்பெயர்ந்திருந்தம் முகாமில. படிப்பு பள்ளிக்கூடம் இல்லை... நிவாரணத்தை நம்பி ஓலைக்கொட்டிலுக்கதான்

வாழ்க்கை... ஆனையிறவுச் சண்டை நடக்குது. வலிகாமம் மேற்கில நடக்கிற எல்லா வீரமரண 'பொடி'யும் கோப்பாயில அடக்கம் செய்ய எங்கட றோட்டாலதான் போகுது. பெடிபெட்டையள், கிழவிகூட பூக்கொண்டுபோய் றோட்டில நிண்டு போடுங்கள். ஒரு நாளைக்கு அஞ்சுதடவையும் போகும். ஒவ்வொருக்காலும் எங்கள மாதிரி பெடியளின்ர 'பொடி'க்கு பூக்கொண்டுபோய் போட்டுட்டு வந்து சாப்பிடச் சொல்லுறியே? அப்பிடிச் சாப்பிடேலாமல்தான் வந்தனான்."

அம்புறுசுக்குக் குரல் தளுதளுத்தது. எல்லா முகங்களும் வாடிக் கிடந்தன. அம்புறுசுக்குள்ள இப்படியொரு மனிதன் யாருமறியாது சயனித்துக் கிடந்தானா! வேதநாயகம் நொந்துபோனான் என்பது அவன்ர முகத்தில தெரிந்தது. கண்களில நீர் கட்டியிருந்தது. வேதநாயகம் சொன்னான்:

"மச்சான் நீங்கள் நினைக்கிறமாதிரி நான் மோசமான ஆளில்லை. நான் கெட்டவனாத்தான் இருந்தனான். இல்லை யெண்டில்லை. ஆனால், மற்றவனை இப்பிடி ஏளனப்படுத்திற எண்ணம் எனக்கிருக்கேல்ல. அம்புறுசின்ர குடும்பத் துன்பத்தைக் கேட்டு எல்லாரும் வெறிச்சுப்போய் இருந்தியள். அதைக் கலைக்க வெண்டு நினைச்சு வாய் தவறி இப்பிடிச் சொல்லிப்போட்டன்..."

உணர்ச்சிவசப்பட்டு வேதநாயகம் கதைச்சான். மேலும் கதைக்க விரும்பினான். நாங்கள் அதைக் குலைக்காமல் கேட்டுக் கொண்டிருந்தம்.

"மச்சான் நானும் இயக்கத்துக்கு ஒரு பற்றோடதான் வந்தனான். நான் எப்பிடி வந்தன் எண்டதையும் சொல்லுறன். எனக்கொரு மச்சாள்காரி இருந்தவள். சின்னனில இருந்தே அவளுக்கு என்னைக் கட்டிறதெண்டு அம்மாக்கள் மாமா மாமிக்குச் சொல்லிவந்தவை. அவள் வளந்தாப்பிறகும் நான் எண்டால் அவளுக்கு உயிர். வீட்டிலேயே சொல்லிவந்தபடியா அவள் அப்படித்தான் என்னோட பழகினாள். நானும் அப்பிடித்தான் பழகினன். பிறகு மாமாக்கள் கொஞ்சம் வாழ்க்கையில கஸ்ரப்பட்டுப் போட்டினம். வீட்ட வேற பகுதியால நல்ல சீதனத்தோட கேட்டு ஆக்கள் வந்தினம். வீட்டுக்காரருக்கு மனம் மாறிற்று. சம்பந்தம் பேசத் தொடங்கிற்றினம். நான் மறுத்தன். 'இதென்ன விசர்க்கதை மாமாக்களுக்கு என்ன சொல்லுவிங்கள்.

அவர் என்ன நினைப்பார்?' எண்டு கத்தினன். அவையள், 'அது சின்ன வயசில சும்மா கதைச்சதுகள். சும்மா கதைச்சா சரியே. உனக்கு நல்ல சீதனத்தோட அவளவிட நல்ல வடிவான பொம்பிளையா பாக்கிறம். பிறகென்ன உனக்குப் பிரச்சினை!' எண்டிச்சினம்.

"'மனிசத்தனம் இல்லாம விசர்க்கதை பறையாதையணை. உன்ர சகோதரத்தின்ர பிள்ளையெண்டாவது யோசிச்சியே?' எண்டு நான் பேசிப்போட்டுப் போட்டன். வீட்ட இரண்டுநாள் போகேல்ல. அது வளர்ந்து பெரிய பிரச்சினையாப் போச்சு. பிறகு, தங்கச்சிக்குக் கலியாணம் என்னண்டு செய்து வைப்பாய் எண்டு கேக்கத் தொடங்கிற்றினம். 'நான் உழைப்பன்' எண்டன். 'என்னண்டு இண்டை வரைக்கும் அஞ்சு சதத்துக்கு உழைப்பில்லை. பிறகென்னண்டு உழைப்பாய் சொல்லன்.' எண்டு அப்பா நச்சரிக்கத் தொடங்கிற்றார். 'நான் மாமாவீட்ட போய் இருக்கப் போறன்' என்று வெருட்டினன். 'நஞ்சு குடிப்பம்' எண்டு அதுகள் என்னை வெருட்டிச்சுதுகள். வேறுவேறு காரணங்களைக் காட்டி இரண்டு குடும்பங்களுக்கும் பெரிய பகையே வளந்திட்டுது.

"ஒருநாள் வெளிநாட்டுக்குப் போய் உழைக்கிறியோ எண்டு அப்பா கேட்டார். முதல்ல மறுத்தன். பிறகு யோசிச்சன். ஓமெண்டு கடைசியாச் சொன்னன். அப்பா கட்டுடையில இருந்த காணியை ஈடுவைச்சு நகைநட்டையும் வித்து 'ஏஜென்சி'க்குக் காசு கட்டினார். நான் கொழும்பில அலைஞ்சன். 'சிகரட்' பத்தப் பழகினன். கொஞ்சம் தண்ணியும் அடிப்பன். பிறகு மலேசியா, தாய்லாந்து, மொஸ்கோ எண்டு ஏஜென்சிக்காரன் அலைச்செடுத்தான். நான் எல்லாக் கெட்ட பழக்கங்களும் பழகினன். எல்லாம் எண்டால் எல்லாம்தான். என்ர மனசில விரக்தியும் வன்மமும்தான் இருந்திது. கடைசியில 'பரின்' எண்ட நாட்டில வைச்சு திருப்பி அனுப்பினாங்கள்.

"கொழும்பில ஆமிப் பிரச்சினை. நிக்கேலாமல் ஊருக்கு வந்தன். வீட்டில அம்மா அப்பாவின்ர திட்டுக்களைத் தினசரி தாங்கேலாது. அவையள், முதல்ல என்னைப் பிரிச்சனுப்பினாப் பிறகு, இவன் வேற யாரையும் கட்டுவான். வெளிநாடு போய் வந்ததெண்டால், மாப்பிள்ளைக்கு மவுசும் கூடிவிடும். உழைச்சும் கொண்டுவருவான் எண்டு எல்லாக் கோணத்தாலையும் எண்ணிச்சினம். ஆனால், என்னால இருந்ததையும் இழந்து

போச்சினம். எனக்குக் கவலை வரேல்லை. அதுகளின்ர திட்டும் பேச்சும் எனக்கு ஆத்திரம்தான் வந்திது. போதாக்குறைக்கு குடி, சிகரட் எண்டு எல்லாம் பழகிவைச்சிருந்தன். நான் ஒண்டிலையும் ஒட்டில்லாமல் சீரழியிறது எனக்கே விளங்கிச்சு.

"ஆனையிறவுச் சண்டை ஊருக்குள்ள அமளிதுமளி. அப்பதான் கடைசியில யோசிச்சன். எனக்கும் நான் பிரயோசனம் இல்லாமல், வீட்டுக்கும் பிரயோசனம் இல்லாமல், வீட்டில எரிச்சலையும் கோபத்தையும் கொட்டிக்கொண்டு என்ர வாழ்க்கை ஏன் வீணாகவேணும்? நாட்டுக்காகவாவது போராடுவம். என்ர கெட்ட பழக்கங்கள விட எனக்கு விருப்பம் இருந்தாலும் முடியாமல் தவிச்சன். இயக்கத்துக்குப் போனால் அதுகளையும் எப்படியோ விட்டிடுவன். என்னில எனக்கிருக்கிற வெறுப்பாவது இல்லாமல் போகும். வெளிக்கிட்டு வந்திட்டன்.

"சொல்லுங்கடா, இதைவிட நான் என்னதான் செய்திருக்கேலும்? அம்புறுஸ் உண்மையாச் சொல்லுறன் நான் உன்னை அப்பிடி நினைச்சுச் சொல்லேலையடா. என்னை நம்புங்கோடா."

வேதநாயகம் துக்கத்தோடு கெஞ்சினான். எல்லாற்றை முகத்திலையும் கவலை வழிந்தது. சுகுமார் எழும்பி வேதநாயகத் திட்டப் போனான். "எழும்பண்ணை... சரி சும்மாயிரு. ஆருன்னை இப்பப் பிழைசொன்னது?"

"இல்லையடா இல்லை விடு."

சுமன் மறுகி மறுகிப் பார்த்தான். அவனுக்கு வேதநாயகத்தை மாட்டிவிட்டது இப்ப கவலையா இருந்திருக்க வேணும். எல்லாரும் சாப்பிட்டு வந்தம். வேதநாயகம் தண்டனை செய்யப் போனான்.

"தூசணம் பேசமாட்டன்... த்து... த்து... தூசணம் பேசமாட்டன்..." வேதநாயகம் ஒவ்வொரு மரமா சொல்லிக்கொண்டு போறான்.

எங்களுக்கு அவனது ஒவ்வொரு வாய்த் தெத்தலும் இப்ப இதயத்தை வதைத்தன. அன்று கொட்டிலில் எந்தப் பகிடி பம்பலுமில்லை. கொட்டிலை அமைதி விழுங்கி இருந்தது. மனதுக்கு ஏதோ ஒரு மாதிரி இருந்தது. தண்டா மட்டும் தூசணம் பேசமாட்டன் சத்தத்தைக் கேட்டு அமைதியை அறுத்து ஒருக்கா சிரிச்சான். ஏனெண்டால், தூசணத்திற்காக அதிக தண்டனை வாங்கினவன் அவன். கடைசியில பொறுப்பாளர்

‘இனிமேல் தூசணம் பேசமாட்டன்’ என்றொரு பலகையில எழுதி அவன்ர கழுத்தில மாட்டிவிட்டார். அதுக்குப்பிறகு அவன் தண்டனை வாங்கினதில்லை. ஆனால் அவன் பேசாமல் விட்டதெண்டுமில்லை. கழுத்தில பலகையோட திரிஞ்சதால அவனை ஒருத்தரும் பிறகு காட்டிக் கொடுக்கிறதில்லை. இதுதான் மெய்.

அவன் மாதகல் பெடியன். கடற்தொழில் செய்தவன். வசனத்திற்கு வசனம் முன்பின் தூசணம்தான். அவங்கட அம்பாப்பாட்டுப் பாடுவான். அதே ஒரு தூசணப் பாட்டுத்தான். ஒருநாள் அவன் வந்து விசித்திரனிட்டக் கேட்டான்.

“மச்சான் டேய்! நீ எனக்குப் பாடம் சொல்லித்தாறாய். நான் நெடுகலும் தூசணம் பேசிறனெண்டு ‘பணிஸ்மன்’ தாறாங்கள். அப்பிடி நான் பேசாமல் இருக்க ஒரு வழிசொல்லு.” குழந்தைத் தனமும், அப்பாவித்தனமும் முகத்தில் வழியக் கேட்டான்.

விசித்திரன் சொன்னான் “நீ தூசணமே பேசிறதில்லையேடா?”

“இதென்னடா புண்டரியம் வம்பாப் போச்சு? அவங்கள் தூசணம் பேசிறதெண்டு பணிஸ்மன் தாறாங்கள், நீ தூசணமே பேசிறேல்லையென்ற.”

“நீ யாரையும் தூசித்தால்த்தானேடா அது தூசணம்? நீ ஆரையும் தூசித்ததை நான் பாத்ததில்லையே.”

“இதென்னடா இவன்ர புடுக்குலிக் கதை விளங்குதில்லை.” எண்டு சொல்லிக்கொண்டே சுகுமாரைப் பார்த்தான். சுகுமாருக்கு விசித்திரன்ர விளக்கம் பிடித்திருந்தது.

சுகுமார் சொன்னான், “நீ யாரையும் கெட்டவார்த்தையால திட்டினியோ?”

“இல்லை.”

“கெட்ட வார்த்தையால திட்டாத சொல்லு தூசணம் இல்லை யெண்டு சொல்லுறான்.”

எல்லாரும் சிரிச்சம்.

அன்றிரவு எனக்கும் சுகுமாருக்கும் ஒன்று பதினைந்துக்கு மணிக்குச் சென்றி. எழும்பி வெளியில வந்ததும் சொன்னான்.

"வா ஒருமுறை சுத்திப்போட்டு வந்து இருப்பம். உனக்கு மிச்சக் கதை சொல்லவேணும்." அவன் உற்சாகமாக இருந்தான்.

காட்டைச் சுற்றி நடந்துகொண்டிருந்தம். "ஏன்ரா குடும்பத்தில கஸ்டம் வந்து அப்பாவுக்கும் ஏலாமல் போனபிறகு சொந்தக்காரர் ஒருத்தரும் உதவி செய்ய முன்வரேல்லையே?" நான்தான் கேட்டன்.

"கண்ணதாசன்ர பாட்டொண்டு இருக்கடா, 'பானையில சோறிருந்தா பூனைகளும் சொந்தமடா, பானையில சோறு இல்லை சொந்தமில்லை பந்தமுமில்லை' எண்டு. மடி நிறைஞ்சாத்தான் சொந்தமும் பந்தமும். நீ பாக்கேல்லையே வேதநாயகம் சொன்னானே. அவன்ரை அம்மாவே தன்ர தம்பியைக் கை விட்டதை. சொந்த பந்தம் எல்லாம் இப்பிடித்தான். வாழ்க்கையில அது ஒரு போலி. ஆனால் வாழ்க்கைக்குத் தேவையான போலியாகவும் அது இருக்கு."

அவன் தன் அனுபவத்தை வார்த்தைகளாகக் கிள்ளித் தெளித்தான். வியப்பாகவும் வேதனையாகவும் இருந்தது. பேசாமல் நடந்தேன். இந்தப் புதிய வாழ்க்கையில போர் தவிர்ந்த எத்தனை விசித்திரங்களை நான் இன்னும் அறியவும் காணவும் கூடுமோ என்று எண்ணினேன். இப்படியெல்லாம் அனுபவங்கள் வந்து சேருமென்று நான் எண்ணியிருக்கவில்லை.

சுத்திவிட்டு வந்து அதே வரிச்சுக் கதிரையில் இருவரும் இருந்தோம். அவன் வெறிச்சுப் பார்த்தான். அந்தப் பார்வையில் காட்டின் எந்தப் பகுதியும் தெரியாதென்று எனக்குத் தெரிந்தது. அவனுடைய வாழ்க்கையையே அவன் பார்த்தான். பார்த்ததைப் பிறகவன் எனக்குச் சொன்னான்.

"நேற்றுச்சொன்னனே சந்தையில மரக்கறி கட்டத் தொடங்கினனெண்டு ஞாபகம் வைச்சிருக்கிறியோ?"

"ம்...ம்...ம்..."

"சந்தையில மரக்கறி கட்டத் தொடங்கினது ஏனெண்டு சொன்னா அக்காக்குச் சட்டை வாங்கத்தான். சின்ன ஆசை; சரியான சின்ன ஆசை. ஆனா, அது நடக்கமாட்டன் எண்டிட்டுது. அப்பதான் பொருளாதாரத் தடை வந்த நேரம். அரிசி, மா, சீனி, மண்ணெண்ணை, சவுக்காரம், தேங்காண்ணை எல்லாமே தட்டுப்பாடு. ஒவ்வொரு சாமானும் பல மடங்கு

விலை. உத்தியோகக்காரக் குடும்பங்களே தடுமாறுற நேரம். வெளிநாட்டுச் சனம் தாக்குப்பிடிச்சிது. எங்களை மாதிரி குடும்பங்களின்ர நிலை என்ன? மரக்கறியோட தேங்காயும் கட்டினன். ஐம்பதறுவதெண்டு வரும். சைக்கிள் கடையிலயும் நாப்பது ரூவா தந்தார். அம்மான்ர உழைப்பைச் சேத்தும் ரெண்டு நேரச் சாப்பாட்டுக்கே குடும்பம் அப்பிடியிப்பிடி தடுமாறிச்சு. சட்டைக் கனவெல்லாம் வெறும் கனவாப் போச்சு. ஆனாலொன்று, நான் இந்தத் தொழிலையும் பிடிச்சிருக்காட்டி இப்ப, எங்கட குடும்பம் ஒருவேளைக் கஞ்சியோட படுத்திருக்கும். தம்பியாக்கள் பள்ளிக்கூடத்தை விட்டிருப்பாங்கள்.

"இந்த நேரத்திலதான் அக்கா ஒருநாள் 'டேய் தம்பி, எண்பத் தாறாம் ஆண்டு அடிச்ச ஐஞ்சு ரூபா குத்தி எங்கயும் கிடைச்சாக் கொண்டந்து தரியே?' எண்டு கேட்டிச்சு. ஏன் எண்டு கேட்டன். 'அந்தக் குத்தி ஏதோ ஐம்பொன்னில செய்ததாம். அதை உருக்கி நகை செய்யலாமாம். பவுண் மாதிரி இருக்குமாம். கறுக்காதாம்' எண்டு லலிதா சொன்னவள். அப்பிடி ஆரோ அங்க செய்து வைச்சிருக்கினமாம்.'

"அந்த நேரம் அப்பிடியொரு கதை ஊரில வலுவா உலாவினத நானும் கேள்விப்பட்டுத்தான் இருந்தனான். அக்கறைப்படாமல் விட்டுட்டன். அக்காக்கு தங்க நகை போடுற ஆசை வந்ததில்லை. வந்ததில்லையெண்டு நான் சொல்லுறது, அது அப்படி ஒருநாளும் கதைச்சதில்லை. திருவிழாவுக்குப் போடச் சட்டைக்கே வழியில்லாமல் இருக்கேக்க நகை நட்டைப்பற்றி ஆர் யோசிப்பினம்? ஆனால் அக்கா வலு புழுகத்தில திரிஞ்சிது. ஐஞ்சு எண்பத்தாறாம் ஆண்டுக் குத்தி ஏற்கனவே எடுத்திட்டெனடதுதான் அதுக்குக் காரணம். அடுத்தநாள் நானும் ரெண்டு குத்தி கொண்டுவந்து குடுத்தன். அது சந்தோசம் பிடிபடாமல் திரிஞ்சிது. வாழ்க்கையில, ஆசைப்பட்டு எட்டமுடியாதெண்டு விட்ட பொருள் எதிர்பாக்காத நேரத்தில எதிர்பாக்காத விதமாக் கிடைச்சா அதவிட சந்தோசம் வேறென்னயிருக்கு? அப்பிடியொரு புழுகத்திலதான் அக்கா திரிஞ்சிது.

"எனக்கு அவ்வளவா நம்பிக்கையில்லை. இருந்தாலும் நானும் விடேல்ல. பேசாமல் விட மனம் கேக்கேல்லை. சந்தையில, சைக்கிள் கடையில எண்டு ஐஞ்சு ரூபாக்

குத்திகளைக் குறிவைச்சன். ஐஞ்சு ரூபா மிச்சம் வரத் தக்கனையா சாமான் வாங்கினன். ஐஞ்சு ரூபா வரத் தக்கனையா குறைச்சோ கூட்டியோ சாமான் வித்தன். சைக்கிள் திருத்தக் கூலியும் அப்பிடித்தான் வாங்கினன். அதில ஒன்பது குத்தி எண்பத்தாறாம் ஆண்டுக் குத்தி அம்பிட்டுது. கொண்டு போய்க் குடுத்தன். அக்கா இதுக்கிடையில இரண்டு மூண்டு குத்தி தானும் எடுத்திட்டுது. இந்தக் காலத்தில அக்கான்ர முகம் வடிவா இருந்தமாதிரி வேறெப்பவும் அக்கா வடிவா இருக்கேல்லை. அக்கா தானும் தங்கநகை போடப்போறன் எண்ட கட்டத்துக்கு வந்திட்டுது. அது உண்மையில தங்கநகை இல்லாட்டியும்கூட பாக்கிற ஆக்களுக்கு அப்பிடித்தானே தெரியும்?

"கடைசில ஒருநாள் நான் இரவு வீட்ட வாறன், குளிக்கக் கட்டின துவாய் முறுக்கிப் புளிஞ்சு விரிக்காமல் கிணத்துக்கட்டில கிடந்து வெந்த மாதிரி அக்கான்ர முகம் இருந்திது. எனக்கென்னண்டு விளங்கேல்ல. வழமைக்கு மாறாக, தம்பியாக்கள் படிக்கேல்லை யெண்டு திட்டித் தீர்த்துக்கொண்டு இருந்திது. ஏதோ நடந்திட்டெண்டு விளங்கிற்று. ஆளைச் சமாளிக்க மண்டைக்குள்ள ஒரு உத்தி வந்திது. 'இந்தாக்கா இன்னொண்டு அம்பிட்டிருக்கு' எண்டு ஒரு ஐஞ்சு ரூவா குத்தியெடுத்துக் குடுத்தன். எனக்கு வேண்டாமெண்டு சீறிச்சு. ஏன் எண்டன். 'அப்பிடி ஒண்டும் இல்லையாம். அது பொய்யாம்.' அழுதுவிடும் போலத் தெரிஞ்சிது. ஆர் சொன்னதெண்டு கேட்டன். 'நானும் லலிதாவும் காலமை நகைக் கடையில போய்க் கேட்டனாங்கள். அவங்கள்தான் அப்பிடிச் சொன்னவங்கள். கேட்டுட்டு வெளியில வர அவங்கள் சிரிக்கிறாங்கள்.' எண்டு சொல்லிச்சு. மச்சான் இதைக் கேட்ட உடன, எனக்கு என்ன செய்யிறதெண்டு தெரியேல. அக்கா அழுதுகொண்டு அடுப்படியில போய் இருந்திட்டுது. எனக்கும் கண்ணெல்லாம் கலங்கிப் போச்சு மச்சான். கோவம் வந்திது... ஆர் மேலயெண்டில்லை... பயங்கர ஆத்திரம்..."

அவன் சொல்லிக்கொண்டிருக்க நான் சுகுமாரின் கையைப் பிடித்தேன். அவன் அமைதியாகினான். அவன் அதிக உணர்ச்சி வசப்பட்டுக் கோபப்பட்டிருந்தான். அழவும் பார்த்தான். எனது கை அவனுக்கு ஆறுதலாக இருந்திருக்க வேணும். பேசாமல் கொஞ்சநேரம் இருந்தான். பிறகு வெறிச்சுப் பார்த்தான். அதே பார்வை. நான் அதைக் குழப்ப விரும்பினேன்.

“வா சுத்திக்கொண்டு வருவம்.”

“இல்லை மச்சான். கொஞ்ச நேரம் இருப்பம்.”

கொஞ்சநேரம் எங்களை அமைதி மூடியிருந்தது. காட்டின் இரகசியமான ஒலிகள்கூடக் காதில் விழவில்லை. வெறுமையில் காடும் நாங்களும் மண்டிக்கிடந்தோம். பிறகு, “மனிசன் வாழ்க்கையப் பொல்லாததாக்கிற்றான்.”

“...ம்ம்ம்.”

“மனிசர் ஆர் எவ்வளவு அன்பப் பற்றியும் பண்பைப் பற்றியும் கருணையைப் பற்றியும் தாங்கள் கதைச்சாலும் கதைக்கிறவன் கூட மற்ற மனிசர்களோட சமனாக இருக்கவேணுமெண்டு விரும்பு றேல்லை. கருணையெண்டும் தானமெண்டும், இரக்கமெண்டும் பிச்சை குடுக்கிறவன்கூட சும்மா குடுக்கிறேல்லை. புண்ணியம் அதால கிடைக்க வேணும், கிடைக்கும், எண்டு நினைச்சுத்தான் குடுக்கிறான். புண்ணியம் இல்லையெண்டாக் குடான். இவன் குடுக்காதவனைவிட மோசமான பேர்வழி. இவன் குடுக்கிறவ னில்லை. முதலுக்கு மேலால அதிக லாபத்தை எதிர்பாக்கிற பக்கா கிரிமினல் மனம் இவங்கட மனம். கடவுளுக்கே கயிறு விடுற ஆக்கள் இவங்கள். இரண்டு ரூவா கற்பூரம் கொழுத்தினாலும் அதுக்கொரு கோரிக்கை வைச்சிருப்பாங்கள். ஐஞ்சு ரூபா தேங்காயை உடைச்சுப்போட்டு டொக்டருக்குப் படிக்கிற சோதினையில தான் பாசாகவேணும் எண்டு கடவுளிட்டையே யாவாரம் பண்ணுவாங்கள். ஐஞ்சு ரூபாய்க்கு டொக்டர் பட்டம். தன்ரை பதுக்கி இருக்கிற மண்ணெண்ணை நல்ல விலை வந்து வித்தால் பொங்குவன் எண்டு நேத்தி வைப்பாங்கள். செய்யிறது பதுக்கல் தொழில், அது நல்லபடியா விலைகூடி ஒரு லட்ச ரூவாய்க்கு வித்தால் கடவுளுக்கு நூறு ரூவாய்க்குப் பொங்கல். கடவுள் என்ன வெறும் விசரனோ எண்டுகூட இந்தக் களுவானி மக்கள் நினைக்கிறேல்லை.

“நீ பார்... கடையில பிச்சைக்காரன் வந்தால் ‘போ வெள்ளிக் கிழமை வா’ எண்டுவாங்கள். ஏன்? வெள்ளிக்கிழமை ஒரு ரூவாயக் குடுத்திட்டுப் புண்ணியம் எடுக்கப் பாக்கிறாங்கள். கெட்ட நாய்கள். என்ன மனமெடா இவங்களுக்கு. புண்ணியம் ஒரு ரூவாயா? என்ன உலகமடா இது? உலகம் முழுக்க

இப்பிடித்தான் இருக்குமெண்டு நினைக்கிறன். ஏனெண்டா எல்லா இடமும் மனிசன்தானே இருக்கிறான்.

"பள்ளிக்கூடத்தில பார்! அது செய்தாப் புண்ணியம், இது செய்தாப் புண்ணியம், அது செய்தா சொர்க்கத்துக்குப் போகலாம், இது செய்தா மோட்சத்திற்குப் போகலாம் எண்டு படிப்பிக்கிறாங்கள். புத்தகம் எழுதின பெரிய படிப்புப் படிச்சவனும் அப்பிடித்தானே எழுதிவிட்டிருக்கிறான். சமயப் பெரியவன் என்று கோயிலுக்குப் பிரசங்கம் செய்ய வாறவனும் அதைத்தானே சொல்லித் துலைக்கிறான். அதுக்குச் சிந்தனைச் சிற்பி என்றோ, வேறு கருமம் என்றோ பட்டமும் குடுப்பாங்கள். ஏன்ரா, கூடப் படிச்சா மண்டைக்க ஒண்டும் இல்லாமப் போயிடுமா? சிந்திக்கிறேல்லையா? படிப்பு சிந்திக்க உதவி செய்யாதா?

"ஒருத்தன் கஸ்ரப்பட்டா அவனுக்கு உதவி செய்! இருக்கிறவன் இல்லாதவனுக்குக் கொடு! எழும்பி நிக்கிறவன் விழுந்தவனைத் தூக்கு! எண்டு சொல்லிக் குடுக்கமாட்டாங்களாம். ஏனிதுக்குள்ள புண்ணியத்தைச் சேர்த்து அதை யாவாரம் ஆக்கிறாங்கள். மனிசனை எதில கூடுதல் லாபம் எண்டு அலையப் பழக்கிறாங்கள். மனிசத் தனத்தை யாவாரம் ஆக்கிப்போட்டாங்களே! தாய் பிள்ளைக்குப் பால் குடுத்தா தாய்க்குப் புண்ணியம் எண்டா சொல்லிக் குடுக்கிறியள்; இல்லையே! தாய்மை எண்டுதானே சொல்லுறியள். அதமாதிரி இருக்கிறவன் இல்லாதவனுக்குக் குடுக்கிறது மனிசத்தனமெண்டாவது சொல்லுங்களன். தாய்மை எண்டது மகத்துவம் ஆனதுபோல மனிசத்தனமெண்டதும் மகத்துவமானதா ஆகட்டுமே.

"இத விட்டுட்டு தேவாரம் படியுங்கோ சொர்க்கத்துக்குப் போகலாம், அதுவும் படிக்கிற பாட்டைப் பார், 'பாலும் தெளிதேனும் பாகும் பருப்பும் இவை நாலுங் கலந்துனக்கு நான் தருவேன். கோலம் செய்..." பாரடா கடவுளையே வெருட்டுறாங்கள். கோலஞ்செய்! கோலஞ் செய்யாம பாலோ, தேனோ, பருப்போ ஒரு மண்ணாங்கட்டியும் தரன். பால் தாறன் சங்கத் தமிழைத் தா. யாவாரத்தைப் பாத்தியோ. இத ஒவ்வொரு நாளும் சொல்லுங்கோ சொர்க்கத்துக்குப் போகலாம்."

நான் உறைந்துபோய் இருந்தேன். குற்ற உணர்வு ஒருபுறமும் மறுபுறம் ஏதோ முடிச்சுகள் அவிழ்வதாயும் இருந்தது. பொறாமை யாகவும் இருந்தது. ஏழ்மை வந்துவிட்டாலே சிந்தனை வந்துவிடும் போல இருக்கு என்று ஏனோ எண்ணினேன். ஒரு நகை செய்ய முடியாமல் – அதுவும் போலி நகை. – ஏமாந்த அவமானம் எப்படியெல்லாம் ஒரு மனிசனைத் தாக்கியிருக்கிறது. துக்கத்தில் மூழ்கினான். இல்லயென்றால் கதைத்திருப்பான். அவனுடைய உணர்வுநிலையைக் கலைக்க விரும்பினேன். இந்த இடத்தில் அவனுக்காகச் செய்யவேண்டியிருந்ததும் அதுதான்.

"வா றோந்து சுத்தப்போவம். காணேல்லையெண்டு தேடப் போறாங்கள்." கையைப் பிடித்து எழுப்பினேன். அவன் எழும்பி வந்தான். இருவரும் அந்தக் காட்டு முகாமைச் சுற்றினோம் எங்கள் மனதைச் சுமந்துகொண்டு.

நடந்துபோக அவன் சொன்னான். "எனக்குப் பிடிச்ச ஒரு பாட்டிருக்கு. அதில இப்பிடியொரு வரி. 'அட மாடிவீட்டு யன்னல் கூட சட்டையைப் போட்டிருக்கு இந்தச் சேரிக்குள்ள சின்னப் பொண்ணு அம்மணமாயிருக்கு ஒரு காலம் உருவாகும் நிலைமாறும் உண்மையே'... நான் உண்மையை உண்மையோ எண்டுதான் பாடுறனான்.

"இதைவிடச் சோகம் என்னெண்டா இந்தப் பாட்ட மாடிவீட்டுப் பெடியள் போட்டுட்டு டான்ஸ் ஆடுறாங்கள். இந்தப் பாட்டை எழுதினவன் ஒரு கஸ்ரப்பட்டவனாய்த்தான் இருப்பான். ஆனா, இசையமைச்சவன் ஒரு மாடிவீட்டுக்காரனாயிருப்பான். அதுதான் ஆடக் கூடியமாதிரி துள்ளல் இசை போட்டிருக்கிறான். ஆடுற பெடியளப்பார்! காதால கேட்டு கை காலுக்கு எடுத்து ஆடுறாங்களாக்கும். மண்டைக்குள்ள விடமாட்டாங்களாம்."

கதைச்சுக்கொண்டே சுற்றி வந்தோம். அந்த மனநிலையில் இருந்து அவன் இன்னும் விடுபடவில்லையென்று தெரிந்தது. அப்பதான் கவனித்தேன், சுகுமார் காலை ஒருவிதமாச் சுளிச்சுச் சுளிச்சு நடந்தான்.

"ஏன்ரா தாண்டுறாய்?" என்று கேட்டன்.

“நேத்துக் கம்பியில நிண்டதோ என்னவோ தெரியேல. இண்டைக்குக் கடைசி ரெண்டு ரவுண்டும் ஓடேக்க பாலுரையன் கலைச்ச கலையில கால் சுளுக்கினமாதிரி இருந்திது. நிக்க, விட்டான் ஒரு அடி வரிச்சால முதுகில, பல்லக் கடிச்சுக்கொண்டு ஓடிற்றன். பிறகு தெரியேல்ல. பின்னேரம் போல இந்தக் காலுக்க சாதுவா சுண்டிச் சுண்டி வலிக்குது.”

பேய்க்கொட்டில் எண்டு சொல்லுற எட்டாம் கொட்டில் தாண்டி வந்தம். அந்தக் கொட்டிலில முனகல் சத்தம் கேக்கிறதெண்டு சொல்லுறவங்கள். எனக்கு உதுகளில் நம்பிக்கை இல்லை. ஆனால் அதால வரேக்க அந்தக் கொட்டில் சென்றிக்காரனைக் காணும் வரைக்கும் ஏதோ மனசில அடிச்சுக் கொள்ளத்தான் செய்யிது. காடு ஒரே கும்மிருட்டாக இருந்தது. மழையிருட்டாக இருக்க வேணும். மரங்களுக்கிடையால்கூட நட்சத்திரம் தெரியவில்லை. வானம் கருக்கட்டுது போல. மழை பெய்தால் நாளைக்கும் பயிற்சி பெரும் துன்பமாயிருக்கும்.

“டேய் இதுக்குப் பிறகும் நான் விடேல்ல. அக்கா ஏமாந்தது என்னால தாங்கேலாமல் போச்சடா...” சுகுமார் பிறகும் கதைத்தான். இவன் இன்னும் அதிலயிருந்து மீளேல்லை. கதையை முறிக்க மனமில்லை. தன்னைப் புரிந்துகொள்ளேலையோ என்று அவன் நினைக்கக்கூடும். அவன் கதைத்தான்.

“இதுக்குப் பிறகுதான் ஒரு முடிவெடுத்தன் உழைக்கவேணும். கடுமையா உழைக்கவேணும். என்னசெய்யலாம் எண்டு யோசிச்சு இரவில சுருட்டு சுத்தப்போனன். சுருட்டுச் சுத்திற ஆக்கள் சிலபேர் பின்னேரத்தில கோயிலடிக்குப் படுக்கவந்து பழக்கம். அவையின்ர பழக்கத்தோட போனன். திருவிழாவுக்குச் சட்டை யாவது வாங்கவேணும். பிறகொரு சங்கிலி. இதுதான் குறிக்கோள். பதினொரு மணிக்கு வீட்ட வருவன். இருவது முப்பது ரூவா தேறும். எனக்குச் சுத்தத் தெரியாதுதானே. தொட்டாட்டு வேலை செய்து குடுப்பன். பொயிலை தெரியிறது, தெரிஞ்சதுகளைச் சுத்துறதுக்கு வள்ளிசா நரம்பு பாத்துக் கிழிச்சுக் காப்பிலையாக்கிறது, கழிவுப் பொயிலையை உள்ளுடல் வைக்க தூளாக்கிற தெண்டு செய்வன். அந்தக் காசை முடிஞ்ச வரை செலவழிக்காமல் சந்தையில சீட்டு மார்க்கண்டனிட்ட சொல்லிவைச்சு புதுசாப் போட்ட சீட்டில நானும் சேந்தன். கழிவு சீட்டு. இருநூற்றம்பது ரூவாச்சீட்டைப்

பத்துப்பேர் போட்டது. எனக்கு நம்பிக்கை அதோட வந்திது. நான் கொஞ்சம் சந்தோசமாத் திரிஞ்ச காலம் அதெண்டுதான் சொல்லலாம்...”

கதைச்சுக்கொண்டு வரவும் மணிக்கூட்டுப் பாலைமரத்தடி வந்தது. நேரம் பார்த்தம் 2:15.

“இன்னும் ஐஞ்சு நிமிசம்தான் சென்றி மாத்த இருக்கு போய் நாகேந்திரன எழுப்பச் சரியாயிருக்கும். நேற்றைய மாதிரி நித்திரையைப் பாழாக்கமல் போய்ப் படுப்பம்” அவனேதான் சொன்னான்.

மறுநாள் காலைப் பயிற்சியில் சொல்லமுடியாத துன்பம் நிகழ்ந்தது. வழமையின்படி பயிற்சியின் முதற்கட்டம் ஒன்றரை மணித்தியால ஓட்டம். இந்த ஓட்டத்தின்போது இன்று சுகுமார் பின்தங்கத் தொடங்கினான். அவனுக்குக் காலுக்குள் சுளுக்கி விட்டது. நேற்றே இதைப் பற்றிச் சொல்லியிருந்தான். அது இன்னும் பூதாகரமாகிவிட்டது போலும். சீனியர்ஸ் பின்னால் உள்ளவர்களுக்குக் கடுமையாகப் போட்டுப் பிடித்தாங்கள். இதுக்குள் சுகுமாரும் மாட்டிக்கொண்டான். அவனால் ஓடவே இயலவில்லை. மைதானத்தடிக்கு வரவும் ஓடுவதை நிறுத்தி மைதானத்தில் நின்ற பொறுப்பாளரிடம் போனான்.

“அண்ணை எனக்குக் காலுக்க சுளுக்கீற்று. சரியான வலியா இருக்கு. ஓடமுடியேல்லை.”

“ஓடடா படுவா. சுளுக்கீற்றா. நீ ஓடு, வாறன் நான் சுளுக்கெடுக்க” பொறுப்பாளர் கலைத்துவிட்டார்.

ஓடப் பின்வாங்குபவர்களும் பயிற்சிக்குக் கள்ளமடிப்பவர்களும் எப்பவும் சுளுக்கிவிட்டதென்று சொல்வது வழக்கம். அவர்களுக்கு இப்படிச் சொல்லி பொறுப்பாளரின் வாய் பழக்கப்பட்டுவிட்டது. நேற்று முன்தினம் அவன் கம்பியில் நின்றதையோ, வழமையாக அவன் எந்தப் பயிற்சியிலும் திறமை குறைவாகச் செயற்பட்டதில்லை என்பதையோ பொறுப்பாளர் நினைவு வைத்திருக்கத் தவறியிருந்தார்.

பாலுரையன் வலு கொண்டாட்டமாகச் சுகுமாரை வரிச்சுத் தடியால கவனிச்சான். அன்றைய பயிற்சி முடிஞ்சு கொட்டிலுக்கு வந்ததும் எங்கட அணியில எல்லாற்ற கவனமும் சுகுமாரிலதான் இருந்தது. சுகுமார் ஒரு மூலையில

இயலாமையோடும் துக்கத் தோடும் இருந்தான். அவன் பிறரோடு கதைக்க விரும்பவில்லை. ஒருத்தருக்கும் எப்படி ஆறுதல் சொல்வதென்றும் தெரியவில்லை. அவனோடு நெருங்கின சிநேகிதன் விசித்திரன், புண்ணா ஆக்களே என்ன செய்யிறதென்று தெரியாமல் நின்றாங்கள். வேதநாயகந்தான் பக்கத்தில போய் இருந்தான்.

“ம.. ம..மச்சான் என்னாலதான் இப்பிடி நடக்குது என்ன?”

“...” அவன் ஒன்றும் பேசவில்லை.

“வா மெடிசினுக்குப் போவம். ம..ம..மருந்து ஏதாவது போடுறதோட மெடிசின்காரன் சிலவேளை பொறுப்பாளரிட்ட சொல்லக்கூடும். உ...உ..உன்னால ஏலாதெண்டு.” வேதநாயகம் அதிகமாக அக்கறைப்பட்டான்.

“ஓமடா சுகுமார். நீயொருக்காக் காட்டிக்கொண்டுவா” விசித்திரன் சொன்னான்.

மெடிசின்காரன் ‘வின்டோஜினோ’வைக் கொடுத்து தேய்ச்சுவிடச் சொன்னானாம். ‘பயிற்சியில ஓடுறது அவனால கஸ்ரமாயிருக்கு. பொறுப்பாளரிட்ட சொல்லுவிங்களே?’ என்று வேதநாயகம் கேட்டதற்கு, ‘அது ஒன்றும் பிரச்சினையில்லை. பயிற்சி எடுக்கலாம்’, என்று சொல்லி அனுப்பிப்போட்டானாம்.

அன்று பின்னேரம் ஒன்றுகூடலில் எங்களது அணியில இருந்த பாலன் இன்னமும் மெடிசினில கால் வீங்கியிருக்கிறபடியா ஒரு புதுஆளை எங்களது அணியில சேர்த்துவிட்டார் பொறுப்பாளர். பெயர் சுசீலன். நல்ல உயரம். கறுவல். மிக ஐதான தலைமயிர். முன்தள்ளித் தெரியும் பற்கள். முழிக்கண். இதைவிட என்ன புதினமென்றால் பல்கலைக்கழகத்தில படிச்சுக்கொண்டிருந்து போட்டு இயக்கத்திற்கு வந்திருக்கிறான். ‘வெறும் விசரனா இருக்கிறானே’ என்று தண்டா சொன்னான்.

அன்றிரவு சென்றிக்கு எழும்பின உடன, வெளிய வந்து நான் கேட்டன், “கால் என்ன மாதிரி நடக்கேலுமோ? ரோந்து சுத்துவியோ? இல்லாட்டி இரு நான் சுத்துறன்.”

“பிரச்சினையில்லை சமாளிக்கலாம். வராட்டிக்கு ரோந்துக்காரன் நித்திரையெண்டு... அது வேற அலுப்பாப்போடும்.”

ஏனோ இரண்டு பேராலையும் கதைக்க முடியேல்லை. கொட்டில்களில நின்ற சென்றிக்காரரோட கதைத்துக்கொண்டு வந்து அந்தக் கதிரையில இருந்தம்.

"என்னடாப்பா அடிச்சாங்கள். முதுகில - துடையில காயம் வந்திருக்குமோ?"

"தழும்புகள்தான்ரா வந்திருக்கு. மற்றம்படி பிரச்சினையில்லை. வேர்வை படத்தான் எரியுது."

"சரி, நாளைக்கு என்ன செய்யப்போறாய்? மெடிசின்காரன் கையை விட்டுட்டான். ஏதாவது கண்டுபிடிச்சாகோணுமே?"

"என்ன செய்யிறது. ஒண்டும் செய்யேலாது. பாப்பம் இரவு புண்ணா மணல் போட்டு உருவினாச் சரிவருமெண்டு பின்காட்டுக்க களவாப்போய் தண்ணியோடுற பாதையில மணல் கிடந்து எடுத்துவந்து உருவிவிட்டவன். சரிவந்தால் சரி. இல்லாட்டி நடக்கிறது நடக்கட்டும். விழப்பயந்தவன் கட்டில்ல படுக்கேலாது. நான் இப்பிடிப் பட்டால்தான் போராளி ஆகலாமாக்கும்." அவன் அநாயாசமாகச் சொன்னான்.

கொஞ்சநேர இடைவெளிக்குப் பிறகு மீண்டும் கதைத்தான்.

"நேற்றுச் சொன்னனே சீட்டு மார்க்கண்டனிட்ட சீட்டுக் கட்டினனான் எண்டு. அடுத்த அம்மன்கோயில் திருவிழாவுக்குக் கிட்டவா வந்த சீட்டுக் கூறலுக்குப் போய், ஐந்நூறு ரூபா கழிச்சு சீட்டை எடுத்து வந்தன். அக்காவை அடுத்த நாள் யாழ்ப்பாண ரவுணுக்குப் போகோணும் வெளிக்கிடெண்டு முதல் நாளே சொன்னன். ஏனெண்டு கேட்டிச்சு. 'அலுவல் இருக்கு; இத வைச்சிரு' எண்டு சீட்டுக் காசு இரண்டாயிரத்தைக் கையில குடுத்தன்.

"அடுத்த நாள் காலமை யாழ்ப்பாண ரவுணுக்குப் போனம். அக்காட்டச் சொன்னன், 'உனக்குப் பிடிச்சதா ஒரு சட்டையும், தம்பியாக்களுக்கு கலர் காற்சட்டை சேட்டும், அப்பாக்கொரு சாறம் சேட்டும் வேண்டன்.' எண்டன். 'எங்கத்தையான் காசு' எண்டு அக்கா கேட்டிச்சு. நான் விசயத்தைச் சொன்னன். அக்காக்கு கண் கலங்கீற்று. 'அப்பாக்கேன்ர இப்ப உடுப்பு உனக்கெடன்.' எண்டு அக்கா சொல்லிச்சு. அப்பரை வைத்தியத்திக்கு அதுக்கிதுக் கெண்டு வெளியில கொண்டு திரியவேண்டியிருக்கு. மாத்திக் கட்ட சாறம் இல்லை,

சேட்டில்லை. இப்பிடியே கூட்டிப் போனா எங்களுக்குத்தான் மரியாதையில்லை. காசு காணுமோ தெரியேல்லை பார் எண்டன். அக்கா 'வடிவாக் காணும்' எண்டு சொல்லிச்சு.

"அக்கா முதலில தம்பி ஆக்களுக்குத்தான் பாத்திச்சு. தம்பியாக்கள் ரெண்டு பேருக்கும் இதுவரைக்கும் கலர் காற்சட்டைசேட்டில்லை. பள்ளிக்கூட உடுப்புத்தான் எல்லாம். சந்தையில வாங்கின கலர் ரீசேட் ரெண்டு வைச்சிருந்தாங்கள். எங்கேயும் போறதெண்டால் அதுதான். அதாலதான் அவங்களுக்கும் எடுக்கச் சொன்னனான். அப்பருக்கு ஒரு மாப்பிள்ளைக் கோடன் சாறமும், சேட்டுச் சும்மா பரவாயில்லாமல் இருந்தாப் போதுமெண்டு வாங்கினம். பொருளாதாரத் தடைக்கு முன்னமெண்டா முழுக் குடும்பத்துக்குமே இந்தக் காசு காணும். ஆனால், விலை இப்ப அப்பிடியில்லை. இதுகளை வாங்கி முடிய அக்காவைக் கூட்டிக்கொண்டு கல்யாணி கிறீம்கவுசுக்குப் போனன். அக்கா சுத்தி கண்ணாடியில அடுக்கடுக்காத் தெரிஞ்ச ஆக்களை விநோதமாப் பாத்திச்சு. பிறகதை விளங்கிச்சு. எனக்குத் தெரிஞ்சு அக்கா பெரிசா ரவுண் பக்கம் வந்ததில்லை. கேக்கும் சாப்பிட்டு ஐஸ்கிறீமும் குடிச்சம். அக்காக்குச் சரியான சந்தோசம்.

"நான் உழைச்சு அக்காவை இப்பிடிக் கூட்டிக்கொண்டு வந்ததும், அக்கா மாஞ்சு மாஞ்சு பார்த்துத் திரியிறதும் ஐஸ்கிறீம் குடிக்கிறதும் எனக்கு ஒரு கனவு போல இருந்திச்சு. உழைக்கவேணும் எண்ட வெறி ரத்தம் முழுக்கப் பாய்ஞ்சிது.

"எல்லாம் முடிஞ்சு அக்காட்ட ஒரு அறுநூறு அறுநூற்றைம்பது ரூபா காசு மிச்சம் இருந்தது. இனி அக்காவுக்கு எடுக்க வேணும். அக்கா ஏறாத கடையில்லை. பாக்காத சட்டையில்லை. முதலில சின்னக் கடையில தொடங்கி இப்ப, பெரிய கடையளுக்கு ஏறிச்சு. எனக்கு அலுத்துப் போச்சுது. சினம் வந்திது. சட்டையளப் பாக்கிறதும் எப்பிடியெண்டு கேக்கிறதும் பிறகு வைக்கிறதும், எனக்கு வெக்கமாயிருந்திது. ஆனால், அக்காக்கு வெக்கமோ அலுப்புச் சலிப்போ இருக்கேல்ல. சட்டையெடுக்கிற சாட்டில யாழ்ப்பாண ரவுணில எல்லாச் சட்டையையும் பாத்து முடிச்சுவிட அக்கா முடிவெடுத்திட்டுது எண்டது விளங்கீற்று. நான் கொஞ்சத்தால கடைக்கு வெளியால நிக்கத் தொடங்கீற்றன். அக்கா ஒரு கடையில ஒரு சட்டையை எடுத்து வெளியில நிண்ட என்னைக் கூட்டிக்கொண்டு போய்

காட்டிச்சுது. 'இத எடுப்பமெண்டு பாக்கிறன் லேஸ் கொஞ்சம் அகலமா வைச்சதெண்டா நல்லாயிருக்கும் இந்தக் கலரில அகலமா வைச்சதில்லையாம். என்ன செய்ய எடுப்பமே?'

"நான் வியந்து பாக்கிறதுபோல பாத்து, 'நீ பாத்த சட்டைக்குள்ள இதுதான் நல்லாயிருக்கடி. உனக்கு போட நல்லா அமைஞ்சு வரும்' எண்டன். கடைசியில அக்கா அந்தச் சட்டைய வேண்டுறதா முடிவெடுத்திச்சு. அதுக்குள்ள மேல ஒரு பொம்மையில போட்டு வைச்சிருந்த எடுப்பான சட்டையை அக்கா பிடிச்சுப் பிடிச்சுப் பாத்துக்கொண்டிருந்திச்சு. கடைக்காரன் எடுத்த சட்டைய பையில போட்டுக்கொண்டிருக்க, அக்கா இதப் பிடிச்சு வைச்சுக்கொண்டு கேட்டிச்சு, கடைசி தொளாயிரம் போடமாட்டியளோ' எண்டு. எனக்குத் தூக்கிவாரிப் போட்டுது. இதுகிட்ட எங்கயாம் இப்ப தொளாயிரம். அவன் இல்லை தங்கச்சி ஆயிரத்து நூறுக்குக் குறையாது' எண்டிட்டான். பையில போட்டுத் தந்த சட்டைக்கே பில் போட்டான் கடைக்காரன். அறுநூற்றி இருவத்தஞ்சு ரூவா. எடுத்த சட்டையை வாங்கீற்றுப் படியிறங்கிறன், அக்கா அந்தச் சட்டையப் பிடிச்சுப் பாத்துக்கொண்டிருக்கு. பிறகு நான் கூப்பிட இறங்கிவந்திது. 'உனக்கு அந்தச் சட்டை பிடிச்சிருக்குப்போல' எண்டன். 'ஓமடா திறமான சட்டை ஆனா உந்த விலைக்கு வாங்கேலுமே' எண்டிச்சு. 'முதலே பாத்திருந்தா அப்பற்றைய வாங்காமல் இத வாங்கியிருக்கலாம்' எண்டன். 'சீ அப்பாவைப் பரியாரியிட்ட கூட்டிக்கொண்டுபோய் வாறது மாத்துறதுக்குச் சாறமுமில்லை. அவருக்குக் கட்டாயம் வாங்கத்தான் வேணும்' அக்கா சொல்லிச்சு.

"அக்கா அந்தச் சட்டையைப் பிடிச்சுக்கொண்டு நிண்ட காட்சி எனக்கு இப்பவும் கண்ணுக்க நிக்குது. நீ தங்கைக்கோர் கீதம் படம் பாத்தனியே?"

கதை சொன்னதை முறிச்சு என்னட்டக் கேள்வியாக் கேட்டான்.

"ஓம் பாத்தனான் ஏன் கேக்கிற?"

"நான் ரெண்டு மூண்டு தடவை பாத்தனான்; என்ர சின்ன வயதில. அதில ஒரு பாட்டு வருகிது தெரியுமே 'வண்ணநிலவே உன்னை உருக்கி தங்கச்சிக்கு தங்க நகை செய்திடவோ, நட்சத்திரமே உன்னை உடைச்சு விதவிதமாய் வைரநகை

போட்டிடவோ... ஜவுளிக்கடை பொம்மைகூட கட்டுதையா பட்டுச் சேலை உனக்கொண்டு வாங்கிடவே ஏழை மனம் ஏங்கிடவே ஆசைப்பட்டு தொட்டுவிடுவேன். காசைக் கண்டு விட்டுவிடுவேன். கெட்டிமேளம் கொட்டும்வரை பாத்திருப்பேனே'" அந்தப் பாடலை வரிவரியாக மிகுந்த உணர்ச்சியாகச் சொன்னான்.

"இந்தப் பாட்டை என்னால மறக்கேலாதடாப்பா. நான் சினிமா பாக்கிறதில பெரிய ஈடுபாடில்ல. இருந்தாலும் இந்தப் பாட்டு நான் நெடுகலும் பாடிக்கொண்டு திரியிற பாட்டு. ஏழை வாழ்க்கை இப்பிடித்தான்ரா. இதுக்குப் பிறகெல்லாம் உழைக்கவேணுமெண்ட எண்ணம் கூடிச்சு. அடுத்த வருசம் திருவிழாவுக்கு அக்காவைக் கூட்டியாந்து விரும்பின உடுப்பை வாங்கெண்டு விடவேணும். அதோட ஒரு சங்கிலியேனும் செய்து போடோணுமெண்டு முடிவெடுத்தன். அக்காக்குக் கலியாண வயசும் வந்திட்டிது. இருபத்திமூண்டு வயசு. எதையாவது சேக்கவேணுமே. அண்ணன் இதைப் பற்றி யோசிக்கிறானோ தெரியேல.

"ஏழையா இருக்கிற துன்பத்தைவிட, தாய் தகப்பன் புத்திகெட்ட சனமா இருக்கிறதுதான்ரா பெரிய துன்பம். அதுகள் ஊதாரியளா இருந்தா உலை ஏறுமோ?" அவன் கோபமாகப் பேசினான் எங்கோ பார்த்தான். பிறகென்னைப் பார்த்தான்.

"இவ்வளவத்தையும் உன்னோட கதைக்கிறன் இதையேன் மறைக்கவேணும். அப்பர் ரெண்டு கலியாணமெடா. மூத்த தாரம் அம்மான்ர தமக்கைதான். அவையளுக்கு ரெண்டு ஆம்பிளப் பிள்ளையள், ரெண்டு பொம்பிளைப் பிள்ளையள். கஷ்டம்தான், ஆனால் அவையள் கலியாணம் செஞ்சிட்டினம். பெரியம்மா சாக அம்மாவை அப்பர் கலியாணம் செய்தவர். அவையளுக்குத்தான் நாங்கள் நாலுபேர். பெரியம்மாவுக்குப் பிறந்த மூத்தண்ணைதான் சயிக்கில் கடை வச்சிருந்தவர். அதாலதான், கிடைச்சது கொஞ்சக் காசெண்டாலும் சயிக்கில் கடையில நிக்கவேண்டியிருந்திது. நான் சந்தைக்கு மரக்கறி கட்டி வியாபாரம் செய்ய அவருக்குப் பிடிப்பில்ல. கடையில இருந்து நிக்கப்போறான் எண்டு நினைச்சார். அக்காட்ட சாடமாடையாக் கதைச்சிருக்கிறார். அவர் பிள்ளையளை ஏத்தப்பறிக்க காய்கறிக்கெண்டு போற நேரமெல்லாம் நான்தான் கடையில. 'கண்டதிலையும் தாவுறதை விட்டிட்டு ஒரு தொழில

ஒரு இடத்தில நிண்டு பழகோணும் நீ புத்தி சொல்லு அவனுக்கு’ எண்டு அக்காட்ட சொல்லியிருக்கிறார். அதில சுயநலமும் இல்லாமலில்லை.

“அந்தாள முழுக்கப் பிழை சொல்லேலாது. அந்தாள்தான் அப்பர் ஊதாரியா இருக்கேக்க இதுவரைக்கும் குடும்பத்துக்குக் கொஞ்ச-நஞ்சமெண்டு தந்து வந்தது. அதைப் பெரிய மனசாப் பாக்கவும்தானே வேணும். கலியாணம் கட்டினப்பிறகும் தந்துவந்தவர். குடும்பமெண்டு வந்தாப்பிறகு இனி மனிசியாக்களும் விரும்பாயினம்தானே. சிலபல இடங்களில மனஸ்தாபம் வரும். நான் படிப்பை நிப்பாட்டி வேலை செய்தனெண்டு சொன்னா இதுகுந்தான் காரணம். மற்றண்ணை இருந்தவர் அவர் வயரிங் வேலை செய்தவர். ஓரளவு உழைச்சார். அப்ப நாங்கள் சின்னாக்கள் குடும்பத்துக்கும் தருவார்.

ஆனா, இந்தியனாமி இருக்கேக்க ஈ.பி.ஆர்.எல்.எவ். புலியெண்டு கொண்டுபோய் சுட்டுப்போட்டாங்கள்.

“இந்தக் காரணங்களாலதான் இப்பவும் சயிக்கில் கடையை விட்டிட்டு ஒரு தொழிலில இறங்கேலாமக் கிடக்கு. அப்பர் அம்மா சீரெண்டா ஏன் இப்பிடிச் சீரழியிறம்? பார் நீ, தம்பியாக்கள் சின்னப் பெடியள், ஆனா அப்பருக்கு வயசு போயிற்றுசு. இப்ப படுகேலைவேற. எட்டுப் பிள்ளையள் இந்த வயசில இவருக்குத் தேவைதானோ. ஓரடி நிலம் சொந்தமாயில்லை, ஒரு குடில்கூட சொந்தமாயில்லை. உழைப்பன் எண்ட நம்பிக்கையும் இல்லை. நான் பிறக்க முன்ன ஒரு துண்டு நிலம் இருந்து வித்துத் திண்டிட்டுதுகளாம். ஆனால் அவைக்கிப்பவும் இதுகளைப் பற்றி துக்கமோ வெக்கமோ கிடையாது. இரவல் காணி, இரவல் வீட்டில இருக்கிறம். அதுகள் வந்து எழும்பச் சொன்னா எங்கட கதி சூனியம். அம்மா அப்பா அதைப் பற்றி யோசிச்சது கிடையாது. தம்பியாக்களைக் கொஞ்சமெண்டாலும் படிப்பிச்சு அவங்கள் தலையெடுத்தாத்தான் எங்கட குடும்பம் நிமிரும்.

“நான் உழைக்கிறதுக்கு வழி தேடினன். சயிக்கில் கடையிலையும் நிண்டுகொண்டெல்லே ஒரு தொழிலத்தேடோணும். கடைசியில ஒரு மார்க்கம் பிடிபட்டிது. ஈழநாதம் பேப்பர் வைமன் ரோட்டில இருந்து வடமராட்சிக்குக் கொண்டுபோக ஆள் வேணுமெண்டு

அறிஞ்சன். காலமை இருட்டோட மூண்டரைக்கு அங்க நிக்கோணுமாம். விடியிறதுக்கு முன்னம் வடமராட்சிக்குக் கொண்டுபோய்க் குடுக்கோணும். ஒரு நாளைக்கு ஐம்பது ரூபா தருவாங்கள். ஈழநாதத்திக்குப் போய்க் கதைச்சன். அந்த வேலையைத் தந்தினம். வாச்சுப்போச்சு, தொடக்கத்தில நாலைஞ்சு நாள் ஏலாமல்தான் இருந்திது. காலெல்லாம் செம வலி வலிச்சிது. மரக்கறி வியாபாரத்தை விட்டன். தூரத்துக்கு சயிக்கில் ஓடிப்போட்டு வந்து மரக்கறிகட்டத் தோதுவரேல்லை. இரவில சுருட்டு சுத்தப்போறபடியால் மரக்கறியை எடுத்துவைக்கவும் ஏலாது.

"சுருட்டுக் கொட்டில விட எனக்கு மனமில்ல. பள்ளிக்கூடத்த விட்ட எனக்கு அது ஒருவித பள்ளிக்கூடமாயிருந்திது. வாழ்க்கையில முத்திப் பழுத்தாக்களோட பழகிறதும் அவையின்ர அனுபவக் கதையும் எனக்கொரு ஞானம்போல இருந்திச்சு. அதோட நல்ல பகிடியும் பம்பலும்தான். வயசு பாக்காமல் என்னையும் யாரிசேத்துக் கதைப்பினம். அதுகளுன்ர வப்புப் பகிடி கேக்கிறதே ஒரு சுவாரிசியம். வாழ்க்கையில நிறையப் படிச்சன் அங்க. அதால இரவில அங்க போறது பணமாயும் படிப்பாயும் பம்பலாயுமிருந்திது.

"உழைச்சுழச்சு இன்னும் சீட்டுக் கட்டினன். ஆனா அம்மா இப்ப அப்பருக்குக் குடிக்கக்கூட காசு குடுக்கிறா எண்டு தெரிஞ்சிது. என்ன செய்ய? நான் சுருட்டு சுத்தப்போன காசில முதல்ல அப்பற்ர மருந்துக்குப்போக மிச்சந்தான் சீட்டுக் கட்டினன். இப்ப ஒட்டகப்புலத்தான் மானிப்பாயில வந்திருக்கிறான். முறிவு தெறிவுக்குக் கைவந்த ஆள். அப்பரை ஏத்திக்கொண்டு போய் காட்டினன். தொடந்து மருந்து செய்தா எழும்பி நிக்க வைக்கலாம். பாரிசவாதத் தொடக்கந்தானே அவ்வளவு மோசமில்லை எண்டு நம்பிக்கையாச் சொன்னார். சுருட்டுக் கொட்டில் காசில பெரும் பகுதி அதுக்குச் செலவழிஞ்சுது. அப்பர் எழும்பி நடமாடாட்டியும் கொஞ்சங் கொஞ்சம் முன்னேற்றம் தெரியிதெண்டு சொன்னார். வைத்தியத்தை விட ஏலுமோ?

"இப்பிடி நான் வெறித்தனமா உழைக்கிற காலத்திலதான் என்ர புத்திக்கு சனியன் பிடிச்சிருக்கெண்டு நான் நினைக்கிறன்." அவன் மூச்சை அதிகமாய் இழுத்து விட்டான் பிறகு மூச்சே விடாதது போல் இருந்தான். சிந்தனைச் சுழி அவனை எங்கோ

இழுத்துப் போனது. மெல்ல இருவரையும் இறுக்கி வந்த மௌனத்தைப் பின் அவனே தகர்த்தான்.

“வடமராட்சிக்குப் பேப்பர் கொண்டு போனனெல்லோ, அங்க எங்கட சொந்தக்காரர் வீட்ட போய்வந்தன். காலாறித்தானே சயிக்கில் ஓடேலும். அதுகளும் அன்பா உபசரிச்சிதுகள். இப்பிடிப் போய் வரேக்க அவையின்ர சொந்தக்காரப் பெட்டை- எனக்கும் சொந்தம்தானே- - அங்க வந்து போச்சுது, நெடுகலும் அங்க போகேக்க அவளக் காணுவன்.

“கொஞ்ச நாளையால நான் போகேக்க அங்க அவள் இல்லாட்டி கவலை மாதிரி... அதோட ஒவ்வொரு நாளும் போய்வரவும் தொடங்கிற்றன். ஏன் போறனெண்டு விளங்கேல்லை. அதென்னோட அன்பாப்பிளங்கும். கதைக்க வெக்கப்படும். எனக்காண்டித்தான் அதுகும் அங்க வருகிதெண்டமாரி எனக்குள்ள ஏதோ உள்ளுணர்வு. பிறகு பாத்தா, பிள்ளையக்கா தேத்தண்ணிய அதுட்டத்தான் குடுத்து விடுவா. அவைக்குள்ள பகிடி பண்ணிக் கதைக்கத் தொடங்கிட்டினம். ‘என்ன கீதா காலமையெண்டா இஞ்ச ஓடி வந்திடிறாள்.’ எண்டு நக்கலும் அடிக்கத் தொடங்கிட்டினமாம். என்ர காதில அதுவும் விழுந்திச்சு.

“இதைக் கேக்க எனக்கு கோபமெல்லோ வந்திருக்கோணும். சனியன், அப்படி வரேல்லை. ஏன் வரேல்லையெண்டு யோசிச்சுப் பாத்தன்; எனக்குப் பயமாயிருந்திச்சு. நான் காதலிக்கிறனோ! பிறகு அந்தச் சொல்லை நினைக்கப் பயமாயிருந்திச்சு. நான் அப்பிடிப் பொறுப்பில்லாத ஆளில்லையெண்டு எனக்குத் தெரியும். எண்டாலும் பிறகும் அங்க போறதை நிப்பாட்ட முடியேல்லையே.

“பல்லக் கடிச்சுக்கொண்டு ரெண்டுநாள் போகாமல் விட்டன். மூண்டாம் நாள் என்னால ஏலாமலே அங்க போனன். அவள் முகத்தத் தூக்கி வச்சிருந்தாள். அதப்பாக்க எனக்குக் கவலையா இருந்திச்சு. தேத்தண்ணி தரேக்க ‘ஏன் காணேல்லை ஏதும் வருத்தமோ?’ எண்டு கேட்டிச்சு. எனக்குப் புரை ஏறிற்று. அவள் உச்சந் தலையில தட்டக் கையைத் தூக்கினாள். பிறகு தலையில தட்டுங்கோ எண்டு தூக்கின கையைத் தன்ர தலையில தட்டிக் காட்டினாள்.

“எனக்கேனோ அது நல்லா இருந்திது. சந்தோசமாய் இருந்திச்சு. இதோட எனக்கு விளங்கீற்று நான் காதலிக்கிறன் என்று, அவளும் அப்பிடித்தான் நினைச்சுப் பழகிறாளெண்டு. ஆனாலும், நான் சொன்னன் ‘பேப்பர் போட வந்தனான், வேலை இருந்திது அவசரமாத் திரும்பிப் போயிற்றன்.’ பிறகு நான் வெளியில வரேக்க அவள் முத்தத்தில வந்து சொன்னாள் ‘இங்கயும் சனம் பார்த்துக்கொண்டிருக்கும் எண்டதை நினைப்பில வையுங்கோ’ இதோட வலு கிளியரா விளங்கிச்சு இந்தக் காதல் விசயம். சந்தோசமாயும் என்னில எனக்கே கோபமாயும் இருந்திச்சு. அங்க போகக்கூடாதெண்டு இரவிலயும், உடன போகோணும் எண்டு காலமையிலேயும் யோசிச்சன். நான் பேப்பர் போட சைக்கில் உழக்கிறனா, அவளக் காய் போடச் சைக்கில் உழக்கிறனா எண்டு என்னை நானே கேட்டுக் கோபப்பட்டுக் கொண்டன்.

“அவள் அவ்வளவு வடிவெண்டு இல்லையெடா. பொதுநிறம், மெல்லிசு, ஓரல் முகம், தலைமயிர் கொஞ்சம் நீளம், நீளநீள விரல், கையில பூனைமயிர்கள். வெள்ளிக்கிழமையில தோஞ்சுபோட்டு சீப்புபோட்டு இழுக்காமல் தளரப் பின்னிக்கொண்டு ஒரேயொரு மல்லிகைப்பூவை மட்டும் நடுவில வச்சுக்கொண்டு நிப்பாள். என்னைப் பாக்கேக்க மட்டும் வடிவாயிருக்கும் கண்கள். என்னைக் கண்டோடன அவளின்ர முகத்தில வலு சந்தோசமும் புழுகமும் வரும். அங்கஇங்க அலுவலில்லாமல் ஓடித் திரிஞ்சு ஓழிச்சுப் பாக்கிற வடிவிருக்கே, அதைப் பாக்க உண்மையிலேயே நான் ஆசைப்பட்டன். நடைகூட ஒரு ஒய்யாரந்தான். ஆனால் தொடக்கத்தில அவள் இப்பிடி நடக்கிறதில்லை எண்டதையும் கவனிச்சுத்தான் இருந்தன்.

“அவள் வடிவுதான். ஆனாடா, அவளுக்குக் காது கொஞ்சம் கேக்காது. அதுதான் என்னை அதிகமாப் பாதிச்சிருக்கெண்டு நினைக்கிறன். முதலில அவளுக்கு ஏதும் உதவ ஏலுமோ எண்ட அக்கறை மட்டுந்தான் என்னட்ட இருந்திது. பிறகது இப்பிடி என்னண்டு மாறிச்செண்டு தெரியேல்லை. நான் அதிலயிருந்து விடுபடத்தான் விரும்பினன்; முடியேல. ஆனால், இதைப் பற்றி ஏதும் ஒரு வார்த்தைகூட நான் கதைச்சதில்லை. அவளும் கதைச்சதில்லை. காதலுக்குக் கதைக்கத் தேவையில்லை எண்டதை வாழ்க்கையில பாத்தன். அப்பதான் மௌனத்தப் போல நல்ல வார்த்தை இல்லயெண்டும் பட்டிச்சுது.

"அவளும் ஒரு ஏழ்மைக் குடும்பந்தான். உட்குழிந்த கண்களும் கொஞ்சம் உள்நோக்கின சொக்கையும்கூட ஏழைக்குரிய அடையாளமாத்தான் முகத்தில ஒட்டியிருந்திது. பிள்ளையக்கா சொன்னா, 'ஒப்பிரேசன் லிபரேசனில ஆமிக்காரன்ர செல் பக்கத்தில விழுந்து செவிப்பறை வெடிச்சுப்போச்சு. பெரியாஸ் பத்திரியில சொன்னவையாம் ஏதோ செவிட்டு மிசின் இருக்காமே அது வாங்கிப்போட்டால் சரிவரும்' எண்டு. இதைக் கேட்ட உடனே எனக்கு இனம்புரியாத சந்தோசம். செயற்கையாத்தன்னும் ஒரு ஊனத்தைச் சரி செய்யக் கூடிய மாதிரி இருந்தால் அதைவிட இந்த உலகத்தில பெரிசு என்ன? அதுவும் படிக்கிறாள். பள்ளிக்கூடத்தில எப்பிடியொரு தாழ்வுணர்வோட ஒதுங்கியிருப் பாளோ! படிப்பிக்கிறது கேட்காத நேரமெல்லாம் எப்பிடி மனம் அவிஞ்சு போவாளோ! சில நேரம் பெடியளெல்லாம் கேட்காமல் மெதுவாக் கதைச்சு நக்கலடிப்பாங்களோ! செவிட்டுக் கீதா எண்டு கூப்பிடுவாங்களோ! இப்பிடியெல்லாம் யோசிச்சன் மச்சான். ஒரு துடிப்பு வந்திது. செவிட்டு மிசின் எண்ணாயிரமோ பத்தாயிரமோ வருமாம். அதை வாங்கிக் குடுக்க அந்தக் குடும்பத்தால ஏலாது. நான் எப்பிடியும் வாங்கிக் குடுக்க வேணும் எண்டொரு வெறி வந்திச்சுது.

"பிறகு வீட்ட போயிருந்து யோசிக்கேக்க, 'பார் அக்காவுக்கெண்டெல்லோ நான் இவ்வளவு கஷ்டப்பட்டு பேப்பர் கட்டினனான். இப்ப எவ்வளவு சுலபமா மறந்திட்டன். குடும்பத்துக்கொரு நிலமில்லை, வீடில்ல, அக்காவுக்கொரு நகையில்லை, கலியாணமும் இன்னுமில்லை. இதுக்குள்ள நான் காதலிச்சவுடனே அவளப்பற்றி யோசிக்கத் தொடங்கிட்டனே' எண்டு நினைப்பன். இரவெல்லாம் இதே நினைப்பாயிருக்கும். "ஆனால் விடிஞ்சதும் அங்க போன உடன அவளின்ர முகத்தக் கண்டவுடன, ஒரு ஊனத்தச் சரிசெய்ய வாய்ப்பிருந்தும் சரிசெய்து குடுக்க நினைக்காத நான் என்ன மனிசன். காதலிக்கிறன் எண்டதில என்ன அர்த்தம். சரி காதலை விடுவம் அக்காவுக்கு நகை அவசியமோ இவளுக்குக் காது கேக்கிறது அவசியமோ? மனிசத்தனமா யோசிச்சாலும் இதுதானே முக்கியமெண்டு வடமராட்சியில இருந்து சைக்கில் ஓடிவரேக்க நினைப்பன். அங்க போகாமலிருக்க என்னால முடியேல. அங்க இருக்கிற சில நிமிசங்கள் மாதிரி நான் வாழ்க்கையில

சந்தோசத்தை அநுபவிச்சதில்லை. ஏதும் கதைக்காட்டிக் கூட அது ஒரு சந்தோசம்தான். சைக்கில் ஓடுற களைப்பே தெரியாது.

“மனமெடாப்பா சூழ்நிலைக்கேற்ப நியாயங்களைத் தேடிச்சு. மனிசன் ஒரு சுயநலப் பிராணி. சூழல் அவனைப் பொதுநலத்தை நோக்கி நிர்பந்திச்சாலுங்கூட தருணம் வாய்க்கிற பொழுதில அது சுழிச்சு மேலெழும்புது. மனம் என்னை அலக்கழிச்சுது. நான் நல்லவனா, கெட்டவனா எண்டு எனக்கே விளங்கேல. கடைசியில ஒரு முடிவுக்கு வந்தன்: இந்தக் காசில வாற மிச்சம் அக்காவுக்காக சேமிக்கிறது. கைவிட்ட மரக்கறி வியாபாரத்தை முடிஞ்சவரை செய்து அந்தக் காசை இப்பிடியே கீதாவுக்குக் காது மெசின் வாங்கிறதுக்காகச் சேர்க்கிறதெண்டு. மச்சான் என்ர உடம்பை வருத்தி உழைச்சன். மூன்றரைக்கு எழுப்பிறதால சரியான நித்திரைகூட இல்லை.

“மூன்றரைக்கு எழும்பினா நல்லூர் வைமன் ரோட்டுக்குப்போய் பேப்பர்கட்டி வல்லைவெளியால உழக்கி வடமராட்சி போய், பிறகு வேகமா வந்து, சொல்லி வச்ச இடத்தில மரக்கறி அல்லது தேங்காய் கட்டி சந்தையில குடுத்திட்டு, பிறகு வந்து சைக்கில் கடையில நிண்டுமாஞ்சு, பொழுதுபட திரும்பி சுருட்டுக் கொட்டிலுக்குப் போய்ப் பத்துப் பதினொண்டு வரைக்கும் வேலை செஞ்சு படாத கஷ்டப்பட்டன்.

“இதுக்குள்ள நான் உழைக்கிறனெண்டவுடன வீட்டில பொறுப்பில்லாமல் செலவுகளைக் கூட்டிற்றினம். நான் தரத்தானே வேணும் எண்ட கட்டம் வந்திட்டிது. இதால கீதாவிற்குச் சேர்க்கிற காசு இடஞ்சல்படட நான் வீட்டில எரிஞ்சு விழுந்தன். அக்கா இரவு வேலைக்குப் போக வேண்டாமெண்டு சொல்லிச்சு. நான் கேக்கேல்ல. மூண்டு சீட்டு ஒரே நேரத்தில கட்டினன் மச்சான்.

“வடமராட்சியில இருந்து உடன வந்தாத்தான், இஞ்ச சந்தைக்கு மரக்கறி கட்டலாம். அதால அங்க அவளிட்ட நிக்கிறநேரம் ஐஞ்சுபத்து நிமிசமாய்க் குறைஞ்சு போச்சு. அவள் நான் உடன வெளிக்கிடுறதால இப்ப தன்னில பாசமில்லையோ எண்டு நினைக்கிறாள் போலவும் கிடந்திச்சு. ஆனால் அவளுக்குத் தெரியாது அவளுக்காகத்தான் நான் அந்தச் சின்ன சந்தோசத்தையும்கூட இழந்து காலாறாமல் சைக்கிலில

திரும்பி வலிக்கிறனெண்டு. இப்பிடி இருக்கேக்கதான்ரா நான் இயக்கத்துக்கு வந்தன்: எல்லாத்தையும் கைவிட்டுட்டு.”

அவன் கதைக்கிறதை நிறுத்தினான். மற்றப்பக்கமாய் முகத்தைத் திருப்பி மேலே வெறிச்சுப் பார்த்தான். கலங்கின கண்கள் எனக்குத் தெரியக்கூடாதென்று விரும்பினான் என்பதைப் புரிந்து கொண்டேன். சின்னதாக விம்மினான், அழுகிறான், அடக்க முயற்சிக்கிறான் என்பதையும் புரிந்துகொண்டேன். அவன்ர கைகளை மெல்லப் பிடிச்சமுத்தினன்.

“டேய் சுகுமார்... மச்சான்... சரி... சும்மா இரு. வா எழும்பி எப்பனுக்கு நடப்பம்” என்று சொல்லி அவனுடைய கைகளை இன்னும் அழுத்தினன். எனது கண்களும் கலங்கிப் போயின. அவனுக்கு என் கைகள் ஆறுதல் அளிக்கிறது என்று நம்பினேன். அவன் கைகளை உதறிவிட்டு முகத்தைப் பொத்தி அழுதான். உடனேயே கண்களைத் துடைத்துக்கொண்டு என் கைகளைப் பிடித்து எழுந்தான். “வா நடப்பம்” குரல் தழுதழுத்தது. காடு இருவரையும் பார்த்துக்கொண்டு இருந்தது. இந்தக் காட்டுக்கு இப்படிப் பல ரகசியங்கள் தெரியக்கூடும். மனித வரலாற்றில் மனிதனின் அந்தரங்கத்தைக் காட்டைத் தவிர வேறு எதுவும் அறிந்துவைத்திருக்க நியாயமில்லை. மனிதன் நகரில் காதல் கொண்டு அதனுடன் கரைந்து போகும்போதும் காடு எப்படியோ மனிதர்களின் உறவை விடுவதாயில்லை. அது இப்படிச் சந்தர்ப்பங்களை உருவாக்கி மனிதனை ஈர்த்துக்கொண்டு இருக்கின்றது போலும். காடு அனந்த சயனத்தில் இருந்தாலும் அனைத்தையும் அறிந்துகொண்டிருக்கின்றது.

காட்டின்மீது நடந்தோம். செருமிக் காறி வெளியே துப்பினான் சுகுமார். இவ்வளவு வேகமாகத் தன்னை நிதானப்படுத்திக் கொண்டான். என் மனம் குமைஞ்சு குமைஞ்சு புரண்டது. அவன்தான் என்ர கைகளை இறுகப் பற்றிக் கொண்டு நடந்தான். மேற்கொண்டு இன்றைக்கு இது பற்றிக் கதைக்கக் கூடாதென்று தீர்மானமாக இருந்தேன். ரோந்து மற்ற முறை சுற்றி வரவும் நேரம் சரியாக இருந்தது. வந்து படுத்தோம்.

விடிய எழும்பினால் சுகுமாருக்குக் கால் சரியாக வரவில்லை. எல்லாருக்கும் அது கவலை அளித்தது. என்ன நடக்குமோ தெரியேல்லை. சத்தியப் பிரமாணம் முடிந்ததும் வழமைபோல

‘ஏலாத ஆக்கள் இஞ்சால வாங்கோ’ என்றார் மாஸ்ரர். சுகுமார் போகேல்லை போய் அவமானப்படக் கூடாதென்று அவன் நினைச்சிருக்க வேணும்.

அன்றைய பயிற்சியில செம அடி சுகுமாருக்கு. அதைப் பார்த்துக்கொண்டு ஓடுறது பெருஞ் சங்கடமாய் இருந்தது. நான், இரவு சொன்ன அவன்ர வாழ்க்கையில இருந்து இன்னும் மீளேல்லை. அந்தப் பின்னணியில் அவனுக்கு விழுந்த அடிகள் ஒவ்வொன்றும் எனக்கும் வலித்தது. அந்த வலி மற்றவர்களுக்கு இல்லை. இவனேன் தன்ர கதையை என்னட்டைச் சொன்னான் என்று இருந்ததெனக்கு. பயிற்சி முடிந்து கொட்டிலுக்கு வந்தம். எல்லாற்ற கவனமும் அவனிலதான். பாலன் கூடப் பார்த்திருந்ததைப் பொறுக்காமல் கொட்டிலுக்குத் தேடி வந்தான். அவனுக்குக் கால் ஏலாதென்று கக்கூசுக்கும் களவா தூக்கித்திரிஞ்சவனல்லே இவன். இப்ப எல்லாரும் நொந்தாங்கள்; இவனுக்கு எந்த வகையிலேயும் உதவி செய்ய முடியாமல். எல்லாரும் ஒன்றாச் சேர்ந்து ஐடியாக்களைத் தேடினாங்கள்.

“முதலில பாலுரையனிட்ட இருந்து இவனைக் காப்பாற்ற வேணும். அதுக்கு என்னட்ட ஒரு வழியிருக்கு. இனியவன் நீதானே மூன்றாம் கொட்டிலில புகழேந்திய சென்ரி நித்திரையாயிருந்து படுக்கவிட்டனி? என்ன நீயும் சுகுமாரும்தானே”என்றான் உற்சாகமாக விசித்திரன்.

ஓமென்று தலையசைத்து அவனையே பார்த்தேன் நான். “புகழேந்தியிட்ட நீ சொன்னா அவன் கேப்பான். சீனியர்சில சிந்து புகழேந்தியோட வலு ஒட்டு. புகழேந்தி சொன்னா சிந்து கேப்பான். சிந்து சின்னப் பெடியன், பாலுரையனோட அவன் வலு ஒட்டு, சிந்து சொன்னா பாலுரையன் கேப்பான். நீ புகழேந்தியிட்டச் சொல்லு. ‘சுகுமாருக்கு உண்மையா கால் உழுக்கீற்று, பாலுரையனைத் திரத்தித் திரத்தி அடிக்கிறதை அப்படி அடிக்க வேண்டாம்’ என்று சிந்துவிட்ட சொல்லச் சொல்லு. அவங்களுக்குள்ள ஒரு உறவிருக்கு. நான் நினைக்கிறது சரியெண்டா - அவன் சொன்னாச் சிந்து கேப்பான். சிந்து சொன்னாப் பாலுரையன் கேப்பான். நீ போய்ச் சொல்லிறியா” என்றான் ஒரு மர்மச் சிரிப்போடு. ஓமென்றேன். காலமை சாப்பிடிற இடத்தில வச்சு புகழேந்தியைக் கூப்பிட்டு இதைச்

சொன்னன். அவன் மத்தியானமே சிந்துவிட்டச் சொல்லிப் போட்டான்.

விசித்திரன் இப்பிடிச் சொல்ல வேதநாயகம், "நான் இப்ப மெடிசினுக்குக் கூட்டிக் கொண்டு போய்க் கதைக்கிறன்; இவனாலை ஏலாதெண்டு. சுசீலண்ணை நீங்களும் வரியளோ?"

"ஓம், நான் வாறன். கதைப்பம்" என்றான் நேற்று வந்த சுசீலன்.

தண்டா சொன்னான், "நான் ஒரு கைவைத்தியம் செய்யிறன்; அதுக்கு மாறும். சிலவேளை ஒரு வீக்கம் மாதிரி இருக்கும். அது ஒண்டும் செய்யாது. ஆனாலொண்டு, இவனை ஒரு நாளைக்காவது பயிற்சிக்குப் போகாமலாக்கினால்தான் அந்த வைத்தியம் பயனளிக்கும்."

"நீ செய், பயிற்சிக்கு நாளைக்குப் போகாமல் நான் பண்ணுறன். வேதநாயகம் கதைச்சு மெடிசின்காரன் நிப்பாட்டினால் சரி இல்லாட்டிக்கு நான் ஒரு வழி செய்யிறன்." படிச்ச விசரன் விசித்திரன் சொன்னான்.

"என்ன வழி" புண்ணா கேட்டான்.

"நாளைக்குச் சுகுமாருக்கு வயித்தாலையடி. எல்லாரும் சேர்ந்து சொல்லி விடுவம். காவ்லா நீதான் காட்டிக் குடுப்பாய், குடுத்தியோ துலைஞ்சாய். சண்டையெண்டாலும் எங்களோடதான் வரோணும் நீ. காயப்பட்டியோ திரும்பிப் பாக்கமாட்டம்" விசித்திரன் பிரச்சினைக்குரிய காவலனைப் பிரச்சினைக்குரிய விதமாய்ச் சொல்லி வெருட்டினான்.

"நீ என்னைத் தப்பா புரிஞ்சிரிக்க மச்சான். நான் அப்பிடியான ஆளு இல்ல" காவ்லா சொன்னான்.

"வயித்தாலடியை அவங்க 'செக்' பண்ணினா என்ன செய்யிறது?" சுகுமார் கேட்டான்.

"வழி இருக்கு. நான் சொல்லுறதை நீ செய். தேங்காண்ணை களவெடுத்துத் தாறன். அதில கொஞ்சத்தைக் குடி. கண்டிப்பாய் வயித்தாலை அடிக்கும்."

எல்லாரும் திட்டம் தீட்டினாங்கள் சுகுமாருக்காக. அவன் சாப்பிடப் போகும்போது சொன்னான். "மச்சான் எல்லாரும்

எனக்காகக் கதைக்கிறதைப் பாக்க என்ர வலியெல்லாம் போச்சடா.”

சாப்பிட்டு வரேக்க சுசீலன் ஒரு மூடிக்க நல்லெண்ணை கொண்டு வந்தான். சுகுமாரின்ர பெனியனைக் கழற்றச் சொல்லி, அடி விழுந்த தழும்புகளில போட்டுவிட்டான். ‘அது காஞ்சிடும்’ என்று ஆறுதலும் சொன்னான்.

இவன் சுசீலன் முந்தியிருந்த ஒன்பதாம் அணியில, யாரும் காய்ச்சல் எண்டால் வலு அக்கறையா மருந்தெடுத்துக் குடுத்து வீவா, கோர்லிக்ஸ் நேரத்துக்கு நேரம் கரைச்சுக் கொடுப்பான். அந்த அணிப் பெடியங்கள் சொன்னாங்கள் அவன் கோர்லிக்ஸ் வீவாவில பெரிய ‘யொக்’முட்டத் தனக்கெடுக்கத்தான் இந்த அக்கறையெல்லாமெண்டு. அது பொய்யில்லை எண்டதும் பலருக்குத் தெரியும். ஆனால் வருத்தக்காரனைப் பாக்காமல் விடமாட்டான்; இரக்கமிருக்கு எண்டதும் பொய்யில்லை. இப்ப சுகுமார் விசயத்தில அதைத் தெரிஞ்சும் கொண்டம்.

பின்னேரம் விளையாடுற நேரம் தண்டா சுகுமாரை வரச்சொன்னான். நானும் போனன். தேங்காய்ப் பொச்சு மட்டையில பச்சையாய் இருந்ததொன்றை தண்டா தெரிஞ்செடுத்து வச்சிருந்தான். அண்டைக்கு சீனியர்ஸ் களஞ்சியத்திக்குப் பின் காட்டுக்கை இருந்து வெங்கடாந்திப் பாம்பொன்றைச் சுட்டுக் கொண்டு வந்து பொரிச்சுச் சாப்பிட்டவங்கள். அதுகின்ர தோலைக் கட்டித் தூக்கி எண்ணை உருகவிட்டிருந்தவங்கள். அதில கொஞ்சத்தைத் தண்டா ஒரு இலையில எடுத்து வந்தான. அடுப்படியில போய் சுகுமாரின்ர காலில அந்தக் குமட்டல் மணமுள்ள எண்ணையைக் காலில பூசி உருவிவிட்டான். பிறகு, பொச்சு மட்டையிலையும் அந்த எண்ணையைப் பூசி அடுப்பில சூடு காட்டினான். சுகுமாரின்ர காலை இறுக்கி என்னைப் பிடிக்கச் சொல்லிப்போட்டு வாட்டின பொச்சுமட்டைய கணுக்காலில வச்சான். சுகுமார் வீரிட்டுக் கத்தினான்.

“கத்தாதையெடா... அவங்கள் வரப்போறாங்கள்” என்று இவன் கத்தினான்.

“நீ என்ன... பிடிபிடிக்கிறாய் வடிவா பிடியன்ரா பேயா” என்று என்னைத் திட்டினான். முதல் செய்த மாதிரி ரெண்டு மூன்று முறை சுகுமார் கத்தக் கத்தச் செய்தான்.

“விடிய மற்றாக்கள் எழும்ப முன்னம் ஒருக்காச் சூடு காட்டுவம்; நோவு பறக்கும். ஆனா, சின்னக் காயா வருமெண்டு நினைக்கிறன்.”

இரவு நாங்கள் சென்றிக்கு எழும்பிற நேரம் நல்ல மழை. ஏற்கனவே நல்ல மழை பெய்திருந்ததென்பது வெள்ளம் ஓடுறதைப் பார்க்கத் தெரிந்தது. இப்ப சீராய் பெய்துகொண்டிருக்கு.

சுகுமார் சொன்னான், “இந்த மழை விடியவாப் பெய்திச்செண்டா வினோத்தண்ணை சில நேரம் பயிற்சியை நிப்பாட்டக் கூடும், வகுப்புகளை மட்டும் நடத்தச் சொல்லக்கூடும். எனக்கு அதிஸ்டம் இருந்தால் நடக்கும்.” கொஞ்சம் இடைவழிவிட்டு, “ஆனால் நான்தான் வாழ்க்கையில அந்தப் பாழாப்போன அதிஸ்டத்தைக் கண்டதில்லையே” அவன் சொல்லி வந்த உற்சாகத்தை முடிவில் இப்படி மாற்றிவிட்டான்.

ரோந்து சுத்த முடியேல்லை. கொட்டிலுக்குள்ள நின்றம். “டேய், இரவில காட்டில மழை பெய்யிறதைப் பாக்க ஏதோ இதமாயிருக்கென்ன?” வெளியில் பார்த்துக்கொண்டே சொன்னான்.

“டேய் வா இதுக்குள்ள நிண்டா இந்தப் பொழுது அநியாயம். நித்திரையும் வந்திடும். வகுப்புக் கொட்டில் வெறுமையாயிருக்கும். அந்த மணலில இருந்து மழையைப் பார்த்துக்கொண்டிருந்தா அது ஒரு சுகந்தான்ரா.”

“மழை பெய்யிது என்னண்டு போறது? நனைஞ்சா அது வேற அலுப்பாப் போயிடும்.”

“சாரத்தைத் தலையில சுத்திக்கொண்டு ஓடுவம்.”

“இந்தக் காலோட என்னண்டு நீ ஓடுவாய்.”

“பாலுரையன் அல்லது வேதா பின்னால அடிக்கிறானெண்டு நினைச்சுக்கொண்டு ஓட வரும்.”

சிரிப்பு வந்தது. அவனுடைய மனதுக்கு இது ஆறுதல் அளிக்கு மென்று எண்ணினேன். அவன், அவ்வளவு உற்சாகமாகத்தான் இருந்தான். காட்டு மழை உண்மையிலேயே நல்லாகத்தான் இருந்தது.

தாண்டிக்கொண்டு சுகுமார் ஓடிவந்தான். நான் அவனுக்காகக் கொஞ்சம் மெதுவாக ஓடினேன். அந்தப் பெரிய வகுப்புக் கொட்டிலின் மணலில் தனியாக இருவரும் இருந்தோம். காட்டு மழையின் சப்தத்தையும் மின்னலின் ஒளியையும், இடியையும், ரீங்காரத்தையும், மிதமான குளிரையும் அநுபவிச்சுக் கொண்டிருந் தோம். காற்று சுழட்டி அடித்தபோது மரங்களின் தலைகள் அசைவதும், சுழற்றிய தூவானம் எங்கள் உடம்பில் பட ரோமங்கள் சிலிர்ப்பதும் அருமையாக இருந்தன. அப்போதெல்லாம் கூதல்வேறு ஓடியது; அதுவும் ஒரு சுகம்தான்.

சீரான மழை காட்டின் மேலே பெய்கிறது. காற்றோடு சேர்ந்த சப்தத்தில் அதை உணர முடிகிறது. மரங்களிலிருந்து கொட்டன் கொட்டனாய்த் துளிகள் விழுகின்றன. அதன் சப்தம் பெரிதாகக் கேட்கிறது. கூரையிலிருந்து ஒழுகும் நீர்த்துளிகள் இன்னொரு சப்தமாக இருக்கிறது. இந்த வேறுபாடுகளையெல்லாம் இதற்குமுன் நான் ஒருபோதும் பிரித்தறிந்ததில்லை என்று தோன்றியது. நான் அதில் மூழ்கியிருந்தேன்.

“டேய் என்ன யோசிக்கிறாய்?” என்றான் சுகுமார்.

“இல்ல காட்டுக்க ஒரு நதி, ஒரு குளம் இருக்கிற இடமா ஒரு ஆசிரமம் போட்டு வாழ்ந்தா வாழ்க்கை எவ்வளவு அற்புதமாய் இருக்குமெண்டு யோசிச்சன்” என்றேன்.

உண்மையில் அப்படிச் சொல்லவேண்டுமென்று நான் எதையும் நினைத்திருக்கவில்லை. கேட்டதும் மனதின் எந்த மூலையிலிருந்து இந்த வார்த்தைகள் இப்படிக் கொட்டிண்டன் எனக்கே ஆச்சரியமாக இருந்தது. ஆனால், அந்த வார்த்தை சுகமாகவும் இருந்தது.

“மனிசன் காட்டை விட்டு எண்டைக்கு நகரங்களை உருவாக்கினானோ அண்டைக்கே மனிசன் வாழ்வுக்காக போலிகளைப் போர்த்துக்கொள்ளத் தொடங்கிற்றான் எண்டு நான் நினைக்கிறன்” என்றான்.

“மனிசன் அறிவிலும் முன்னேறித்தான் போறான். ஆனால் வாழ்க்கையிலதான் பின்னோக்கிப் போறான்.”

“மழைக்குப் பதிலா சவர், குளத்துக்குப் பதிலா தொட்டி, காட்டு அருவித் தண்ணிக்குப் பதிலா வீட்டில பிறீச் தண்ணீ, மலர்களுக்குப் பதிலா பிளாஸ்டிக்கில பூ...”

அவன் "முகத்துக்குப் பதிலா முகமூடி"- இப்படிச் சொல்ல நான் திரும்பிப் பார்த்தேன்.

"ஏன் உண்மைதானே? இதுகளைக் கண்டெடுத்து தன்னைத் துலைச்சிற்றானே மனிசன்."

பிறகு பேசாதிருந்தோம். நீண்ட நேரம் மௌனத்தில் தனியாகச் சேர்ந்து கரைந்திருந்தோம். மனமும் உடலும் பாரம் இழந்து இதமாயிருந்தன. காட்டின் மேலே பெய்த மழை தணிந்துவிட்டது. அதற்கேயான சப்தங்கள் தணிந்துவிட்டன. தவிரவும் மரங்களிலிருந்து விழும் நீர்த்துளிகளது ஒலிகளின் செறிவு குறைந்து புதிய இசையில் விழுந்தன இப்போது. காட்டின் மரக் கிளைகளின் இடைகளால் நிலவின் ஒளி கசிந்து வந்திருக்கவேண்டும். நிலம் தெரிகிறது. தலையில் துவாயைச் சுற்றிக்கொண்டு எழும்பி ரோந்து சுற்றினோம். இருப்பினும் காட்டு மழை ஓயவில்லை.

"அம்புறுசின்ர பொச்சுமட்டை வைத்தியம் வேலை செஞ்சுதான் இருக்கு... வலி குறைவாக் கிடக்கடா" என்றான் சுகுமார். அதைக் கேக்க கொஞ்சம் ஆறுதலாக இருந்தது. ஏனென்றால், மெடிசின் காரன் வேதநாயகத்தின்ர கோரிக்கைக்குக் கொஞ்சம் நழுவிற்றான். "அதெல்லாம் நாளைக்குப் பாப்பம்" என்று சொல்லிவிட்டவனாம்.

காட்டைச் சுற்றி நடந்துகொண்டிருந்தோம். சுகுமார் திரும்பிச் சொன்னான் "மனிசன் உடலளவில ஒன்றாய்த் தெரியிற மாதிரி மனசளவில ஒன்றாய் இருக்கிறேல்ல. ஒரு உடம்புக்க ரெண்டு மனிசன் மூண்டு மனிசனென்று இருக்கிறான். அதில, எந்த மனிசன் நான் எண்டதக் கண்டுபிடிக்கிறதே பெரிய கஷ்டமாய்ப் போயிடும். என்னட்ட ஒரு கருத்து, ஒரு முடிவு இருந்தா அதுக்கு எதிர்க்கருத்து எதிர்முடிவும் என்னட்ட இருந்து வருகிதே! என்னட்ட ஒரு தீர்மானம் இருக்கேக்க அதுக்கு எதிர்நிலையிலேயும் சிலவேளை செயற்பட்டு விடுகிறேனே! இந்த ரெண்டுக்கும் மத்தியஸ்தம் வகிக்கிறதாயோ அல்லது மூன்றாவது கருத்தாயோ இன்னொன்றும் எனக்குள்ளே இருந்துதானே வருகிது. இதில எது நான்? எல்லாத்துக்கும் ஒவ்வொரு நியாயத்தை அதுதுகின்ர கோணத்தில விளங்கப்படுத்தியும் விடுகிதே. இங்க நான் எது?

"இதில, மனிசன் மனிசனாய் வாழ்றதும், மனிசத்தனத்தோட இருக்கிறதும், நாலு பேரால மதிக்கப்படுறதும், மற்றவர்களுக்காகச் செய்யப்படக்கூடிய ஒரு கருத்தைக் கண்டெடுக்கிறதுதான். குறைஞ்சது மற்றவனுக்குத் துன்புறுத்தாத கருத்தையேனும் கண்டெடுக்காட்டிக்கு அவன் மனிசனில்லை. தனக்குள்ள இருந்து மற்றவர்களுக்கான கருத்தமட்டும் கண்டெடுத்து அதுதான் நான் என்று நினைச்சு செயற்படுறவன்தான் பெரிய மனிசன் எண்டு நான் நினைக்கிறன்... என்ன பேசாம வாறாய்... நீ என்ன சொல்றாய்?"

"உண்மைதான், இல்லாட்டிக்கு இந்தக் காட்டுக்க எங்கயிருக்கிறம் எண்டு எங்களுக்கே தெரியாமல், மழையில நனைஞ்சுகொண்டு, கசை இருட்டில, கொட்டனோட நீயும் நானும் சுத்துறது ஆர் எழுதின விதி? நீயும் நானும் ஆரெண்டே தெரியாமல் இந்த மோசமான இரவைச் சுகமாகக் கழிக்க முடியுதே."

அவனுக்கு இந்தப் பதில் மிகுந்த சந்தோசத்தைக் கொடுத்ததென்று நினைக்கிறன்.

"அதுதான், அதுதான் உண்மை" என்றான் அவசரமாய்.

இப்பிடித்தான் பொதுவாகக் கதைத்தோம் இன்று. நேரம் சரியாக இருந்தது. போய்க் காவற் கடமையை மாற்றிவிட்டுப் படுத்தோம். 'அம்மாளாச்சியே விடிய மழை பெய்' என்று சொல்லிக்கொண்டு படுத்தான்.

விடிய எழுந்ததும் காடு வழமையைவிட இருளில் கிடந்தது. ஆனாலும் மழை இல்லை. லற்றுக்குப் போனோம். போகும்போது விசித்திரன் சொன்னான்.

"வேறு வழியில்லை. சுகுமார் நீ வயித்தாலயடி எண்டு சொல்லு. மற்றப் பெடியளின்ர கண்ணிலையும் படும்படியா கனநேரம் லற்றடியில நில்லு. தேத்தணிக்குப் பிந்தி வா. கேக்கிற ஆக்களுக்கு நான் கதைய அவிட்டு விடுறன். சத்தியப் பிரமாண நேரம் வர லற்றுக்கு அவசரமா ஓடு. லீடர் லயினில எண்ணேக்க சொல்லட்டும், வயித்தாலயடி போட்டார் வருவார் எண்டு. விசயம் சரி வரும்."

இந்தக் கக்கூசுக்கு இருக்கும் காரியம் கைகூடி வந்ததை நினைச்சா இப்பவும் ஆச்சரியம்தான். மனிச உடம்பு ஒரு பழக்கத்தில உருவாகும் பிண்டம் என்றதுக்கு இதுதான் நல்ல

உதாரணம். தினமும் மழையில் நனையிறம் சளி வந்ததில்லை. சேறு சகதி எல்லாம் புரண்டு பயிற்சி எடுத்தாலும் கிழமையில ஒரு நாள்தான் குளிப்பு, வருத்தம் வந்ததில்லை. சூடு உடம்பில ஏறினதில்லை. மணியடிச்சா பசிக்கிது, மணியடிச்சா கக்கூசுக்கு வருகிது. எல்லாமே பழக்கம்தான். பழக்கப்படுத்திவிட்டால் மனம் ஏற்றுக்கொள்கிறது. மனம் ஏற்றுக்கொண்டுவிட்டால் எந்த வாழ்க்கையும் அந்நியமான வாழ்க்கையா இருக்காது. ஆனால் வெளியிலிருந்து பார்ப்பவர்களுக்கு இது தெரியாது. அவர்கள் தங்கள் பழக்கத்திலிருந்துதான் பார்க்கிறார்கள்.

இதுபற்றி வரும்போது சுகுமாரிடம் கதைத்தேன். அவன் சொன்னான். "ஆனால் முதலில் அந்நியமாகத் தெரியும் அந்த வாழ்வை ஏற்றுக்கொள்ளும் விடாப்பிடியான மனம் இல்லை யெண்டால் எந்தளவு காலமானலும் அந்த வாழ்வை அவனால பழக்கப்படுத்திக் கொள்ளேலாது. அந்நியப்பட்ட வாழ்க்கையோட முரண்பட்டு மனம் வெம்பிப் போவான்."

மற்றவர்கள் எழும்ப முன்னம் சுகுமார் தண்டாவை எழுப்பிப் போய் பொச்சுமட்டைச் சூடு காட்டியிருந்தான். இருந்தாலும் விசித்திரனின் திட்டப்படி காரியம் நடந்தது. சத்தியப் பிரமாணத்துக்குச் சுகுமாரில்லை. 'வயித்தாலடி' சுகுமார் போட்டார் வருவார்' பொறுப்பாளரின் கேள்விக்கு ஏற்கனவே தயாரித்த வசனத்தைச் சொன்னான் லீடர். பொய் சொல்லும்போது மனம் பதறியது. ஓடுவதற்கு ஆயத்தமாகியபோது சுகுமார் வந்தான்.

பொறுப்பாளர் கூப்பிட்டார். மெடிசின்காரனையும் கூப்பிட்டார். 'என்ன பிரச்சினை?'

"வயித்த சாதுவா உழையுதண்ணை."

"கடுமையாப் போகுதோ?" மெடிசின்காரன் கேட்டான்.

"இல்லையண்ணை, வயித்த வலிக்குது. கொஞ்சம்தான் போகுது."

"எத்தனை தரம் போனது?"

"மூண்டு. இப்ப ஒருக்கா நாலு தரம்" நடிப்பில வெளுத்து வாங்கிறான் சுகுமார்.

"வயித்த உழையுதென்ன?" இது மெடிசின்காரன்.

"ஓ"...

அர்த்தபூர்வமான முகத்துடன் மெடிசின்காரன் ரெண்டடி நடந்து சத்தமில்லாத குரலில் பொறுப்பாளரிடம் சொன்னான். ஆனாலும் சொன்னது கேட்டது.

"கால் வலிக்குதெண்டு நேற்று வந்தவன்; வீங்கியுமிருந்திது. 'பனடூன்' குடுத்தன். முதல் நாள் வலி நிக்கேல்ல எண்டு சொன்னவன். நேற்று 'புருவன்' குடுத்தனான். சிலவேளை சிலருக்கு அது வயித்தச் சுடும். அதுதான் உழையுதெண்டு நினைக்கிறன். உண்மையாய் இருக்கலாம். இண்டைக்குப் பயிற்சிய அவனுக்கு நிப்பாட்டுவம்."

கதைச்சுவிட்டு வந்து பொறுப்பாளர் "மைதானத்தில போயிரு சுகுமார்" என்று சொன்னார். எல்லாருக்கும் சந்தோசம். பாலனும் மைதானத்திலதான் இருந்தான்.

அன்று பயிற்சி முடிந்து வந்து சுசீலன் பொதாரென்று கொட்டிலுக்க கீழ குந்தினான் "ஐயோ என்னால ஏலாது பொச்சை நாராக்கி, நாரைத் தும்பாக்கிப் போட்டாங்கள். சுகுமாரத்தான் நினைச்சன். வந்திருந்தால் ஆட்டம் குளோஸ். தாராநடை, தவளைப்பாச்சல், மயிர்மட்டை என்று புரட்டி எடுத்துப் போட்டாங்கள். எள்ளப் புண்ணாக்காக்கிப் போட்டாங்கடா."

தண்டா கெக்கட்டம் விட்டுச் சிரிச்சான். எல்லாரும் துவைச்சுப் போட்ட துணிமாதிரி கொட்டில்ல பிரண்டு கிடந்தாங்கள். தண்டாக்கு சுசீலனை நினைச்சு சிரிப்படக்க முடியேல்ல. "கெட்ட சீவியம் நீயேன் இயக்கத்துக்கு வந்தனீ, கம்பஸை விட்டுக் கடுப்பில வந்து இப்ப கயங்கிப் போய்க் கிடக்கிறாய்." தண்டா சிரிச்சுச் சிரிச்சுச் சொன்னான்.

புண்ணா எழும்பிக் கேட்டான் "சுசீலண்ணை உன்னாணச் சொல்லு; நீ ஏனப்பா இயக்கத்துக்கு வந்தனீ?"

'அதையேன் கேக்கிறாய் இந்தியனாமி காலத்தில இயக்கம் வீட்ட வந்து போகும். எனக்கு வாழ்க்கையில நாட்டுக்காக ஏதாவது புதுசா செய்யவேணும் எண்டு விருப்பம். கஷ்டப்பட்டுப் படிச்சன்; எஞ்சினியரிங் கிடைக்கேல்லை. பிசிக்கல் சயன்ஸ்தான் கிடைச்சுது. கம்பசிக்குப் போனன். ரெண்டாம் வருசத்தோட தெரிஞ்சிது கம்பசில படிச்சு

வாழ்க்கையில புதுசா ஒண்டும் பண்ணேலா தெண்டு. அதைவிட இயக்கம் இன்ரலீயண்டாயும் மதிநுட்பமாயும் அக்ரிவாயும் செயல்முனைப்பாயும் இருக்கிறதாப் பட்டிது. இதுதான் சரியான இடமெண்டு வெளிக்கிட்டு வந்திட்டன்." ஆங்கிலத்தில சொல்லி அந்தரப்பட்டு அதுக்கு தமிழைத் தேடிப் பிடித்துச் சொல்லிக் கதைச்சான் சுசீலன்.

"உண்மையாத்தான் சொல்லிறியோ?" ஓரக் கண்ணைச் சிமிட்டிப் புருவத்தைச் சுருக்கிக் கேட்டான் புண்ணா.

சுசீலன் திருப்பிக் கேட்டான். "நான் கம்பசில இருந்து வந்ததால உனக்கொரு நக்கலாயிருக்கு. நீ பாதருக்குப் படிச்சனி இஞ்ச ஏன்ரா வந்தனீ?"

"அது பெரிய கதையப்பா. நானே பாதருக்குப் படிச்சனான். சின்னனில இருந்து அம்மாதான் வீட்டில சொல்லிவந்தா: வளந்து நீ சுவாமியாக வேணுமெண்டு. சுவாமிமார் போடுற வெள்ளை உடுப்பும் கருப்புப்பட்டியும் கழுத்தில குருசும் கற்பனையில அப்ப எனக்கு நல்லாத்தான் இருந்திது. ஏ.எல் படிக்கேக்க என்ர மனம் மாரிச்சு, அந்தத் துறவைவிடவும் இந்தத் துறவு அர்த்தமுள்ளதெண்டு நினைக்கத் தொடங்கினன். அது மக்களுக்காக எண்டால் இதுவும் மக்களுக்காகத்தானே. மலைப்பிரசங்கத்தில யேசு சொல்லுறார் கனி கொடாத மரங்களை வெட்டி நெருப்பில போடவேண்டும் என்று. இப்ப இந்த மக்களின்ர பாதுகாப்பு இப்ப உள்ள இளம் தலைமுறையின்ர கையிலதான். அதில நானும் ஓராளாய் இருக்கேக்க மலட்டு மரமா இருக்கேலாதானே? பாதிரிக்குப் படிச்சா மக்களுக்கு ஆண்டவனைப் பற்றிப் போதிக்கலாம். இதில ஆண்டவன்போல அவர்களைக் காப்பாற்றலாம். இப்பிடியெல்லாம் யோசிச்சன். சூசையப்பர் வாள் வச்சிருக்கேல்லையே சாத்தான்களை விரட்ட. நான் துவக்கு வச்சிருப்பன் சாத்தான்களை விரட்ட எண்டு நினைச்சன்; வந்திட்டன்."

அன்றைக்கு இரவு எங்களுக்குக் கடைசிக் காவற்கடமை. கடைசி எண்டால் நல்ல சந்தோசம். இடையில எழும்பி நித்திரை குழம்பாமல் முழு நித்திரையாக் கொள்ளலாம். அன்றைக்கும் சென்றிக்கு எழும்பினதும் சுகுமார் கேட்டான் "ரோந்து சுத்திப்போட்டு வந்திருப்பம்." அவன் கதைக்க

விரும்பினால் இப்படிச் சொல்வது வழமையாயிற்று. ரோந்து முடிச்சு, குண்டியில உறுத்தினாலும் உல்லாசமான அந்த வரிச்சுக் கதிரையில வந்திருந்தம். சுகுமார்தான் கதைக்கத் தொடங்கினான்.

"பொய் சொல்லி மாட்டினாலுமெண்ட பயத்தக்கூட பொருட்படுத்தாமல் எல்லாரும் ஒற்றுமையா நிண்டாங்கள். சந்தோசமாயிருக்கு. சுயதேவையைவிட்டு, பொதுத்தேவை, பொதுவாழ்க்கை எண்டு வரேக்க, பொது மனநிலையொண்டும் வந்திடுகிது. பொதுமனநிலை ஒரு உறவை உருவாக்கிது. இது ஒரு வித்தியாசமான வாழ்க்கை அநுபவம் இல்லையா?"

"உண்மைதான். ஆனால் இந்த வாழ்க்கை பழகிப்போக இந்தப் பொது வாழ்க்கைக்குள்ளையும் சுயதேவை, சுயஅடையாளம் உருவாகத்தான் செய்யும். அது பொதுமனநிலையைச் சிதைச்சிடும். உறவையும் சிதைச்சிடுமெண்டுதான் நினைக்கிறன். முற்றிலும் துறந்த இதிகாசக் கால முனிவர்கள்கூட தங்களுக்குள் போட்டியிலதான் முனைஞ்சிருந்திருக்கிறாங்கள்." என்றேன்.

அவன் ஆச்சரியமாகப் பார்த்தான். பிறகு கேட்டான், "உன்னைப் பற்றி ஒண்டுமே நீ சொன்னதில்லையே. உன்னைப் பாத்தால் வசதியான குடும்பம் மாதிரித்தான் தெரியிது. ஆனா, உன்ர கதை அப்படியில்லையே. பட்டதீட்டின கதையெல்லோ கதைக்கிறாய்?"

"பொருள்கள் மட்டும் நிறைவாக் கிடைச்சிட்டால் வசதியானவன் எண்டுதான் இந்த உலகம் கணிக்கிது. நீயும் அப்பிடித்தான் நினைக்கிறாய். முதல்ல அதை மாத்து. நிறைவுதான் வசதியெண்டது சரிதான். ஆனால் பொருள்கள்தான் மனிசனுக்கு நிறைவெண்டதில்லை. போதுமான பொருள்கள் உள்ளவனுக்கும் வாழ்க்கையில பல அநுபவங்கள் வாய்க்கத்தான் செய்யுது." அவன் வியப்போடு என்னைப் பார்த்தான்.

"நீ இப்பிடிக் கதைக்கிறத இந்த ரெண்டு நாளும்தான் பாக்கிறன். நீ கதைக்காட்டிக்கும் ஆரம்பத்தில இருந்தே உன்னோட எனக்கு ஒட்டினதுக்கும் என்னப் புரிஞ்சுகொள்ளுவாய் எண்டு நினைச்சதுக்கும் இதுதான் காரணமாய் இருக்கவேணும். டேய் உன்னோட நிறைய கதைக்கவேணும் போல இருக்கு. இயக்கத்துக்கு வந்த தொடக்கத்தில எனக்கும்

மனப்போராட்டங்கள் இருந்தது தான். யோசிச்சு யோசிச்சுக் களைச்சுப் போனன். திரும்ப வீட்ட போறேல்லை என்ற முடிவோட வைராக்கியத்தோட இருந்தன். ஆனால் உன்னோட மனம் விட்டுக் கதைக்கத் தொடங்கினாப் பிறகுதான் ஆறுதலாயிருக்கு. மனம் விட்டுக் கதைக்கேக்க வருகிற வார்த்தைகள்தான் மனசில இருக்கிற பல போராட்டங்களில எதை நான் தேர்ந்து வச்சிருக்கிறன் எண்டதை எனக்கே அடையாளம் காட்டுது. அது ஒரு மனஅமைதியத் தருகிது."

"நீ ஏன் காதலிச்ச, அவளைப் பிறகு விட்டிட்டு இயக்கத்துக்கு வந்தனி?" அண்டைக்கு எழும்பின கேள்வியை இன்று கேட்டேன்.

"காதலிச்சது எண்டு சொல்லாத, அப்பிடி நாங்கள் காதலைப் பற்றி ஒருக்காலும் கதைச்சதில்லை, அப்பிடிப் பழகினதில்லை. எனக்கு அவளில இரக்கம் இருந்திது, அக்கறை இருந்திது மற்றும்படி..."

"அவளின்ர நினைவு அப்ப உனக்குச் சுகமாய் இருக்கேல்லையா? அவளோட இருந்த நேரங்களில பொழுது வேகமாக் கழிஞ்சதாயும், ச்சா... போகவேண்டியிருக்கே எண்டும் நீ நினைக்கேல்லையா? சந்திக்காத நேரங்களில தவிப்பாயிருக்கேல்லையா?"

"அப்பிடித்தான் இருந்திது."

"பிறகென்னடா பேயா காதலிக்கேல்லை எண்டிறாய்?"

"இல்ல என்ன சொல்லிறனெண்டா காதலெண்டு சொல்லி எதிர்பார்ப்பை வளத்து அவள நான் ஏமாத்தேல எண்டு சொல்லுறன். கலியாணம் பற்றிக் கதைச்சதில்லையே. காதலைவிட முக்கியமான முடிவைத்தானே நான் எடுத்தனான்."

எனக்கு விளங்கிற்று: தான் வீணா எதிர்பார்ப்பைக் கொடுத்து அவளை ஏமாத்திப் போட்டனோ என்ற குற்ற உணர்வில் அவன் அவஸ்தைப்படுகிறான் என்பது. நான் அவனுக்கு உதவ விரும்பினேன்.

"நீ சொல்லுறது சரிதான்" என்றேன்.

"சண்டை நடக்குது பெடியளெல்லாம் செத்துச் செத்து வாறாங்கள். அவங்களுக்கும் இப்பிடி எத்தினை பொறுப்புகள்,

விருப்புகள் எண்டிருந்திருக்கும். வாழ்ந்து முடிச்சவையயா போராட ஏலும். ஒரு பக்கம் தியாகங்கள் நடக்க நாங்கள் அதுக்குள்ள சுழிச்சோடி எங்கட குடும்பங்களை அந்த ஊட்டுக்க உயர்த்தியிடலாம் எண்டு நினைக்கிறது ஒரு துரோகம் மாதிரித் தெரிஞ்சுது. பத்துப்பேர் சுமக்கிற ஒரு பொருளை இருபதுபேர் சுமந்தால் வேகமாயும் பழு ஆற்ற தோளையும் சேதப்படுத்தாமலும் கொண்டுபோகவேண்டிய இடத்துக்குப் பொருளைக் கொண்டு போடலாம்தானே. அப்பிடிப் பாக்கேக்க கொஞ்சப்பேர் சுமக்கிறதும் சுமக்கேக்க இழப்பு வாறதும் இழப்பால முன்னேற முடியாமல் போறதும், தோத்துப்போறதும் சுமக்காதவனாலதானே?

"நீ யோசிச்சுப் பார், ஆனையிறவுத் தோல்விக்கு அடிபட்டவனே காரணம். அடிபடப் போகாதவன்தான் காரணம். சண்டைக்குப் போனதாலேயோ அறுநூறுபேர் செத்தவங்கள். நாங்கள் சண்டைக்குப் போகாததாலதான் செத்தவங்கள். வாழ்க்கை அவலங்களுக்குச் சிங்களவனே காரணம் நாங்களுந்தான் காரணம். இப்பிடியெல்லாம் யோசிக்க இருக்கேலாமல் போட்டுது."

"எல்லாரும் பாதுகாப்புக்குத் தங்கட வீட்டச் சுத்தித்தான் அணைகட்டப் பாக்கினம்; அது முட்டாள்தனம். அணையை வெள்ளம் உடைக்கிற இடத்தில கட்டவேணும். உடைக்கிற இடத்தில கட்டினாதான் நிப்பாட்டலாம். ஒவ்வொருத்தரும் தங்கட வீட்டச்சுத்தி அணைகட்டினால் எல்லாற்ற அணையும் ஒருநாள் உடைஞ்சு போகும். நான் உறுதியான முடிவோட வெளிக்கிட்டு வந்;திட்டன் பிறகு ஒண்டையும் யோசிக்கேல்லை."

அவன் ஒரு உணர்ச்சிப் பிழம்பாய் நின்றான். எனக்கே மனம் கூசியது. ஆனால் அப்படி நான் மனம் கூசத்தேவையில்லை. நான்தான் போராட வந்திட்டனே என்று எனக்கு நானே சொல்ல வேண்டியிருந்தது.

"நீ சொல்லு, வீட்டுக்குப் பிள்ளையா நான் எடுத்த முடிவு முதல்ல பிழையா இருக்கலாம், ஆனால் ஒரு மனிசனா நான் எடுத்த முடிவு பிழையா?

நான் மௌனத்தைப் பதிலாய்க் கொடுத்தன். எனக்குக் கதைக்க முடியேல்லை. தொண்டை கட்டியது. எனக்குச் சமூகத்தின்மீது ஆத்திரமும் வந்தது. செருமி வெளியே துப்பினேன். அந்தச்

செருமலில் என்னை நிதானப்படுத்திக்கொள்ள முயன்றேன். அதுவும் முடியாமல் எழும்பினேன்.

"வா ரோந்து சுத்திக்கொண்டு வருவம்" என்று சுகுமாரை அழைத்துக்கொண்டு நடந்தேன். நடக்கும்போது மனம் சமநிலை அடைந்துவிடுகிறது. இயற்கையின் அற்புதம்போல நடக்கும்போது மனம் அமைதிபெறும் வித்தையை அநுபவப்பட்டவர்கள்தான் உணரமுடியும்.

அடுத்த நாள் ஞாயிற்றுக்கிழமை. ஓய்வு நாள். இரவு நிகழ்ச்சிக்குரிய நாள். அன்று தளபதியும் வந்திருந்தார். ஆனால் எங்களுக்கொரு துக்க நாளாயிற்று அன்றைய நாள். பொறுப்பாளர் வினோத்தண்ணை ஒரு வேலை விடயமாக வேறு இடம் போகிறார் என்றும் இனிமேல் பொறுப்பாளராக வலன் இருப்பார் என்றும், பின்னேர ஒன்றுகூடலில் தளபதி சொன்னார். எல்லாருக்கும் என்னவோ போலாயிற்று. அமைப்பைவிட்டு விலத்தக் கடிதம் கொடுத்து தண்டனையில சமைத்துக்கொண்டு நின்ற பழைய போராளிகளினூடாக கதை கசிஞ்சு வந்தது; போராளிகளுக்கு அடித்துப் பயிற்சி கொடுத்ததற்காகப் பொறுப்பாளர் மாற்றப் படுவதாக.

தலைவர் கண்டிப்பாக அடிக்கக்கூடாது என்று உத்தரவிட்டிருந்தார் என்றும் அதையும் மீறி அடித்ததற்காகக் கடும் தண்டனையாகப் பொறுப்பில் இருந்து எடுப்பதாகவும் செய்தி கிடைத்தது. அதோடு முன்பொரு தடவை பொறுப்பாளர் ஒரு கிழமை இல்லாமல் யாழ்ப்பாணம் போய்வந்ததும்கூட அடித்ததற்குத் தளபதி நடந்து போகும்படி தண்டனை கொடுத்ததால்தான் என்ற கதையும் வந்தது. போராளிகளுக்கு இந்த மாற்றம் மனச்சோர்வாய் இருந்தது. அன்றிரவு நிகழ்ச்சி முடிய சீனியர்ஸ் எல்லாரும் விடிய நாலு முப்பதுவரை ஓடுபாதையில் நடந்தினம். தளபதி அங்கேயே தங்கிநின்றார்.

வலன் நல்லவன்தான். அன்பாகப் பிளங்கியவன்தான். இருந்தாலும் பொறுப்பாளர் மாறுவது பெடியளுக்கு உற்சாகத்தைக் கொடுக்கேல்லை. அடிச்சது யாரெண்டாலும் பொறுப்பாளர்தானே அதற்குப் பொறுப்பு நிற்கவேணும்.

எல்லார் மனதிலும் இன்று வினோத் அண்ணைதான். வலக் கையில் நடுவிரல் இல்லை. சின்னிவிரலும் ஒரு துண்டில்லை. உடம்பில் நிறையக் காயங்கள். நல்ல சண்டைக்காரன் என்று

கேள்விப்பட்டம். வலக்கையை எப்பொழுதும் பொக்கற்றுக்குள் விட்டுவைத்துக்கொண்டு இடக் கையை உயரத் தூக்கி பெருவிரலையும் சுட்டுவிரலையும் எல்போல நீட்டிக் காட்டிக் கதைப்பது கண்ணில் நின்றது. அவர் சாப்பிடுவதும் கண்ணில் நின்றது. அரை மணித்தியாலத்திற்கும் கூடுதலான நேரம் தேவை. மூன்று விரலும் ஒரு சின்னிவிரல் துண்டும் சேர்ந்து சோத்தைக் கிள்ளும்போது கோழி கொத்துமளவு சோறுதான் கைக்குள் அகப்படும். அவர் சாப்பிடும் காட்சி கண்களில் நின்றது. துக்கமாக, ஒரு வலியாகக் கூட இருந்தது.

அடுத்த நாள் காலை பயிற்சியில் சுகுமாரை எதிர்வளமாக நடக்குமாறு விட்டார் வலன். நாங்கள் இடஞ்சுழியாக ஓடினோம். அவன் வலஞ்சுழியாக நடந்தான். இயலாதவர்களை இப்படி நடக்கவோ ஓடவோ விடுவது வழக்கம். சுகுமார் ஓரளவு தேறிவிட்டான். தண்டாவின் பொச்சுமட்டைக் கை வைத்தியம் கூடுதல் வேலை செய்தது.

அன்று பின்னேரம் நடந்த ஒன்று கூடலில் அணிகளைப் புதிதாகப் பிரித்தார் வலன். சுகுமார் ஒன்பதாம் அணி. புண்ணாவும் அதே அணி. எங்களணியில் விசித்திரன் லீடர்.

லீடர்களையும் அன்றே மாற்றினார் வலன். இப்படிச் சில பல மாற்றங்கள் செய்து, தன்னுடைய புதிய பொறுப்பின் வலிமையைக் காட்சிப்படுத்தினார் அவர். கொஞ்ச நாளாய் அந்த வரிச்சுக் கதிரையில் இருக்க மனம் ஒப்பவில்லை.

இரண்டு நாள்களின்பின் சுகுமாரை அதே வளத்தில் ஓடுமாறு சொன்னான் வலன். அதையடுத்த இருநாள்களின்பின் வழமைபோலப் பயிற்சி எடுக்க சுகுமார் சேர்க்கப்பட்டான். கால் ஓரளவு தேறினாலும் இடறிஇடறி ஓடினான். வலிக்கவில்லை என்றுதான் சொன்னான். ஆனாலும் வேகமாக ஓடமுடியவில்லை. சுண்டியிழுப்பதுபோல் இருக்கிறது என்றான். அவனது ஓட்டம் ஒரு விதமாக இருந்தது. பயிற்சிகளில் இப்ப கடுமையாகக் கஷ்ரப்பட்டான். சுழித்துச் சுழித்துத் துள்ளியோடும் அவனைப் பார்க்க மனதுக்குக் கடினமாக இருந்தது. ஆனால் அதுவே பிறகு பகிடியாகியும் விட்டது. அவனுக்கு 'ஸ்பிரிங்' என்று இதனால் பெயர் வந்தது. அந்தத் துள்ளல் ஓட்டம் புதுப் பெயரைச் சூட்டியது. எங்கள் வட்டத்துப் பெடியள் இப்பிடித்தான் கூப்பிட்டாங்கள்.

வலன் மோசமாக நடத்தினான். அடிக்குப் பதிலாக மிகக் கடுமையான தண்டனைகளைத் தந்தான். அது பெரிய வலியாக இருந்தது. இரவுத் தண்டனைகள் நித்திரையை விழுங்கிற்று. அது பெரும் துன்பமான விசயம். வினோத்தண்ணை தாற தண்டனை, எடுக்கிற முடிவு, நடைமுறை, எல்லாத்திலையும் போராளிகளைப் பக்குவப்படுத்திற உள்நோக்கம்தான் இருக்கும். இவனிட்ட அது இருந்ததாத் தெரியேல்லை.

உதாரணமாய், இரண்டு போராளிகள் சண்டைபிடிச்சால் அல்லது கோவிச்சுக் கதைக்கேல்லை என்றால் வினோத்தண்ணை இருவரினதும் ஒவ்வொரு கையைச் சேர்த்துக் கட்டிவிடுவார். சேர்ந்துதான் எல்லாம் செய்யவேண்டியிருக்கும். ஆனால், வலனோ கம்பிக் கூட்டில இருவரையும் அடைச்சான். துவக்கைக் கழட்டிப் பூட்டுவதில் பிழைவிடுபவர்கள் அல்லது தாமதமாகச் செய்யிறவர்களுக்குத் தண்டனையாக விளையாட்டு நேரம் முழுவதும் ஒராளின்ர கட்டளையில ஐநூறு ஆயிரந் தடவை கழட்டிப்பூட்டத் தண்டனை கொடுத்தார் வினோத்தண்ணை. வலனோ இதுக்குத் தண்டனைப் பயிற்சி என்று வாட்டி வதக்கி எடுத்தான்.

இரண்டு வாரம் கழித்து ஒரு நாள், நாளைக்குச் சூட்டுப் பயிற்சி தரப்போறாங்கள் என்றும் சண்டை ஒன்றுக்காகப் பயிற்சியை முடிக்கப்போயினம் என்றும் சாப்பாட்டிடத்தில பழைய அணிப் பெடியள் குந்தியிருக்க கம்பஸ் சுசீலன் சொன்னான். “உண்மையாச் சொல்லிறியோ, இல்ல புரளி கிளப்பிறியோ அண்ணை?” சுகுமார் கேட்டான்.

“உண்மையாத்தான்... சீனியர்சுக்குள்ளால வந்த கதையிது?”

“இல்ல மெய்யாத்தான் கேக்கிறன். இராமன் ஆண்டாலென்ன, இராவணன் ஆண்டாலென்ன சுசீலண்ணை. நீ மட்டும் பொறுத்த பயிற்சிகளில தப்பிற்றாய். அடியோ பணிஸ்மனோ பெரிசா வாங்கினதும் கிடையாது. பயிற்சிகளில ஏதோ கலக்கினதும் கிடையாது. நல்ல பிள்ளைப் பட்டமும் வாங்கிடுவாய். அது என்னண்டு. அந்தச் சூட்சுமத்தை எங்களுக்குச் சொல்லண்ணை” என்றான் சுகுமார்.

“அதுக்கு மாம்பழக் கதை தெரிஞ்சிருக்க வேணும்.”

“அதென்ன மண்ணாங்கட்டி மாம்பழக் கதை?” சுமன் கேட்டான்.

“முருகனும் பிள்ளையாரும் மாம்பழத்துக்கு அடிபட்டவை யெல்லோ பிள்ளையாருக்குத்தானே கிடைச்சது. அந்தக் கதை தெரிஞ்சிருக்கோணும்.”

தண்டா அப்பாவித்தனமாகச் சொன்னான். “அது எனக்குத் தெரியுமே.”

வாய்க்குள் வைத்த சோத்தை மென்றுவிட்டு சுசீலன் சொன்னான். “அதுகின்ர உட்கதை தெரியோணும்.”

“அதென்னது கட்டையில போன உட்கதை?”

“சிவனும் தேவியும் உலகத்தைச் சுத்தி வந்தாத்தானே மாம்பழமெண்டு சொன்னவை. அவையளுக்குத் தெரியும் ஒருத்தராலேயும் சுத்தேலாதெண்டு. பின்ன தாங்கள் தின்னத்தானே இப்பிடிச் சொன்னவை. இது பிள்ளையாருக்கு விளங்கீற்று. முருகன் மயிலேறிச் சுத்தப்போனார். பிள்ளையாரோ அவை ரெண்டுபேரையும் சுத்தினார். அவை எதிர்பாக்கேல்லை இந்த அதிரடியை. மனிசன் ஒரு மதிப்புத்தின்னி. மனிசன் புனைஞ்ச கடவுட் கதையும் அப்பிடித்தான் இருக்கும். சிவனும் தேவியும் அதில குளிர்ந்து போச்சினம். பிள்ளையாருக்கு மாம்பழம். பிள்ளையாற்ர இந்த ஞானத்தாலதான் பிள்ளையாருக்கு எதிலும் முன்னுரிமை. சிவன் கோயிலிலேயே பிள்ளையார் பூசை முடிச்சுத்தானே சிவனுக்குப் பூசை எண்ட நிலமை. ஆனால் மெய்யா ஓரளவெண்டாலும் உலகத்தைச் சுத்தினது ஆர்? முருகன்தான். ஆனால், அவர் கோவணத்தோட பழனி போக வேண்டியதாப் போச்சு. இந்தக் கதை விளங்கவேணும்.”

எல்லாரும் ஆவென்று சுசீலனின் வாயைப் பாத்துக்கொண்டிருந் தாங்கள். தண்டா சொன்னான். “நாசமறுப்பு, நான் நினைச்சது சரியாப் போச்சு. நீ கம்பசில இருந்து வரேல்லை. உன்னைத் துரத்தி விட்டிட்டாங்கள். இயக்கத்தின்ர ஏழரைச் சனி காலமாக்கும் நீ இஞ்ச வந்து ஒதுங்கீற்றாய்.”

சுசீலன் சொன்ன மாதிரி சூட்டுப் பயிற்சி நடந்திது. நெருப்புப் பாயிறது, உயர மரத்தில இருந்து வலையில குதிக்கிறதென்று எல்லாம் நடந்தது. பயிற்சியை முடித்தார்கள். புதியவர்களில்

முப்பது பேர் சண்டைக்குத் தெரிவு செய்யப்பட்டிருந்தோம். நானும் சுகுமாரும் கூட அதிலிருந்தம். மாமடு மினிமுகாம் தாக்குதல்.

ஒருநாள் இரவு நஞ்சுண்டான் காட்டு கிராமக்கரைக்கு நடந்துவர அங்கிருந்து படையணி இராணுவ வாகனத்தில் நெடுங்கேணி நோக்கி அழைத்துச் செல்லப்பட்டோம். பின் அங்கிருந்து சண்டைக்கு முன்னாக ஆர்.வி எனப்படும் இடமான வவுனியாவின் எல்லைப் பகுதிக்கு வந்து சேர்ந்தோம்.

சண்டையோ, ஒத்திகையில் திட்டமிட்டபடியே இருபது நிமிசத்தில முடிஞ்சிது. அதொரு திகைப்பூட்டும் அதிரடித் தாக்குதல். வெற்றிச் சண்டை. ஆயுதங்களும் எடுத்தம். ஓராள் வீரச்சாவு, ஆறு பேர் காயம்.

எங்களுக்குப் புது அனுபவம். சண்டைக்கு முதல் இருந்த பதட்டம், பயம் சண்டை தொடங்கினாப் பிறகு இருக்கேல்லை. யுத்தத்தின் வெடி அதிர்வுகளும் கையில் இருந்த எங்கள் துப்பாக்கிகளின் முழக்கமும் மனதில் ஒரு வகைத் தீவிரத்தை உருவாக்கி பயத்தைக் கொன்றொழித்தது. வாழ்வில் முதல்முறையாக யுத்தகளத்தில் என் கையில் முழங்கும் துப்பாக்கியின் அதிர்வும் ஒரு சாகச மனத்தை எங்கிருந்தோ கிளறி வந்து முன்னிறுத்தியது.

வெற்றிகரமான சுலபமான சண்டை. எங்கட அணி செய்யிறதுக்குப் பெரிய சாகசம் ஒண்டுமிருக்கேல்லைத்தான். நாங்கள் திரும்பி முகாம் வந்ததும் அமோகமான வரவேற்பு. சண்டைக்குப் போய் வந்தவர்கள் என்ற ரீதியில் எங்களுக்கு மரியாதை கூடியிருந்தது. அணித் தலைவர்களும் தளபதியும் நாங்கள் திறம்படச் செய்ததாகச் சொல்லிப் பாராட்டினார்கள். படையணி முழுக்கக் கதை பரவினது. ஆனால் எங்களைப் பொறுத்த வரை எங்களுக்குத் தரப்பட்ட பணி, பிரதான தாக்குதல் அணிக்குப் பக்கவாட்டாக நிலையெடுத்து எதிரிக்குத் திகைப்பை ஏற்படுத்துவதற்காக பக்கவாட்டுச் சூட்டாதரவை வழங்குவது. பின், எதிர் வழமாக நிலையெடுத்து எதிரி தங்களை மீளமைத்துக் கொண்டோ அல்லது எதிரியின் சேம இருப்பு அணியோ எமது பிரதானத் தாக்குதல் அணியைச் சுற்றிவளைத்துத் தாக்கும் முறியடிப்பு முயற்சியில் இறங்கினாலோ, அதைத் தடுத்துத் தாக்குதல் நடத்தி

எதிரியின் முயற்சியை முறியடிக்க வேண்டும். தாக்குதல் அணி ஆயுதங்களையும் காயப்பட்டவர்களையும் கொண்டு பின்வாங்கும் வரை அவர்களுக்குக் காப்பு வழங்கவேண்டும். எல்லாம் வெற்றிகரமாக முடிந்தது.

சாதனையென்று சொல்ல எங்கள் பங்குக்கு ஏதும் இருக்க வில்லை. இருப்பினும் கிடைத்த புகழைத் தட்டிக் கழிக்கவில்லை. புகழ் தின்னியாக இருந்தோம். போதாக்குறைக்குச் சண்டையில் பொழிந்து தள்ளிய ரவைகளை விட அதிகக் கதைகளைப் பொழிந்து தள்ளினோம்.

பயிற்சி முகாமில் சிறியவர்கள் படைத்துறைப் பள்ளிக்குத் தெரிவு செய்யப்பட்டார்கள். மிகுதிப் பேர் வெவ்வேறு பணிக்காகவும், வெவ்வேறு சண்டை அணிக்காகவும் பிரிக்கப்பட்டனர். இறுதி நாள் பிரிந்து செல்லும் தருணத்தில் புரட்சிப் போராளிகளாகியிருந்த இவர்கள் அழுதார்கள். பிரிவைத் தாங்க முடியாது போயிற்று. விகிதங்கள் வேறுபட்டாலும் எல்லாரும் அழுதனரென்றுதான் சொல்ல வேண்டும். காக்காவைப் பிரிவதுகூட காவ்லாவுக்கு முடியாது போனது. காட்டின் முகத்தில் ஒளியில்லை; சிரிப்பும் இல்லை. முகந்தொங்கி வழிந்தது காடு. பிரியாவிடை தர மனமின்றி மறுத்தது காடு.

நான் சுகுமாரைப் பிரிய வேண்டியதாயிற்று. அவனது கதையும் அக்காவும்கூட என்னுடனேயே வந்தார்கள். காட்டை விட்டுப் பிரிந்தோம். அந்த அற்புத வரிச்சுக் கதிரையையும், அது ஒளித்து வைத்துக் காட்டிய நிலவையும் பிரிந்தோம். இனியொரு தடவை நாங்கள் சந்திககக் கூடுமோ! அப்போது யார் இறந்திருக்கக் கூடும், யார் இருக்கக் கூடுமென்று எதுவுமே தெரியாமல் பிரிந்தோம்.

03

காலம் ஒன்றரை வருடத்தைத் தின்றபின் சந்திக்கக் கூடாத இடத்தில் மீண்டும் நாங்களிருவரும் சந்திக்க நேர்ந்தது. யாழ் வைத்தியசாலை இருபத்தி ஏழாம் இலக்க அறை. ஒரு விடியற்காலை நான் கண் திறந்தபோது, எனக்கு இரண்டு கட்டில் தள்ளி அதே உருவம். கறுத்த, மெலிந்த, ஒட்டிய முகமும் ஐதான சுருள்முடியுடனும் அவன் படுத்திருந்தான். 'ஸ்பிரிங்' என்று கூப்பிட்டு இடக் கையை உயர்த்திக் காட்டினேன். ஒன்றைத்தான் என்னால் உயர்த்த முடிந்தது. அவன் ஏற்கனவே கண்டுவிட்டவன்போலக் கைகளைத் தூக்கிக் காட்டினான்.

வலப் பக்க முழங்காலின் கீழ்ப் பகுதியில் காயப்பட்டு எலும்பு முறிந்து கால் முழுக்கப் பத்துப் போட்டிருந்தான். வயிற்றிலும் சிறிதாக பிளாஸ்ரர் ஒட்டியிருந்தார்கள். இருவராலும் மேலும் கதைக்க முடியவில்லை. நான் மீண்டும் நித்திரையாகியிருந்தேன்.

அடுத்த நாள் காலை பத்திரிகையில் வீரச் சாவடைந்தவர்களின் விபரத்தில் புண்நாகேந்திரனின் படமும் வந்திருந்தது. கக்கூசுக்கு வருவதாகப் பொய் சொல்லி சில்லுப் படுக்கையை வரவழைத்து அதில் போய் சுகுமாருக்குப் பத்திரிகையைக் காட்டினேன். அவனுக்குக் கண்கலங்கி நீர் வழிந்தது.

"உன்னை ஒப்பிரேசன் தியட்டரில கண்டனான். நீ உயிரோட இருக்கிறதைத் தெரிஞ்சுகொண்டன். மயக்கத்தில கிடந்தனி. அப்பதான் என்னை மயக்கினாங்கள்" என்று சுகுமார் சொன்னான். குரல் மாறியிருந்ததைப் போலப் பட்டது.

நாகேந்திரன் ஆர்.பீ.ஜீயில் நின்றதைச் சண்டையில் கண்டதாகவும் ஏனைய பிற பகுதிச் சண்டைக் கதைகளையும் சொன்னான். சேர்ந்து கதைக்கும்போதெல்லாம் காயத்தின் வலி குறைந்து போயிற்று. இரவுகளில்தான் வலி அதிகம். ஒன்பதாம் கட்டில்காரன் சாமங்களில் பழைய பாடல்களை நன்றாகப் பாடினான். 'வானத்தப் பாத்தேன் பூமியப் பாத்தேன் மனிசனை இன்னும் பாக்கல்லையே...' 'மனிதன் நினைப்பதுண்டு

வாழ்வு நிலைக்குமென்று இறைவன் நினைப்பதுண்டு பாவம் மனிதன் என்று...' 'நல்லவர்க்கெல்லாம் சாட்சிகள் ரெண்டு ஒன்று மனசாட்சி...' இந்த வகையறாக்களாக இருந்தது அவனது பாடல்கள். சுகுமார் அவனை அதிகமாக உற்சாகப்படுத்தினான். சோகப் பாடல்கள் உடலின் வலி நீக்கிகளாக இருந்தன. நித்திரையைக்கூட அவற்றால் தரமுடிந்தது.

சண்டையில் அதிகமாகக் காயப்பட்டு ஆஸ்பத்திரியைக் காயக்காரர் நிறைத்ததால் தாதிப் பயிற்சியில் இரண்டாம் வருடம் படிக்கும் இளம் மாணவிகள் நெருக்கடி நிலையைச் சமாளிக்கப் பணிக்கு அமர்த்தப்பட்டார்கள். இரவு முழுவதும் வலியால் துவளும் இந்த இளம் போராளிகளுக்குக் காலை விடிந்ததும் பளிச்சென்ற சீருடையில் வரும் இந்தத் தாதியர் ஒரு புதிய தெம்பளித்தார்கள். சிட்டுக்குருவிகள்போல வரும் அவர்களை எதிர்பார்ப்பதே இருபத்தியேழாம் அறைப் போராளிகளின் விடியல் பொழுது. இருளும் பொழுதென்பது தாதியர்களின் கடமை முடியும் நேரம்.

ஒரு வாரத்தின் பின் அவன் இயக்க மருத்துவ விடுதிக்கு அனுப்பப்பட்டான். நாலுநாள் கழித்து என்னையும் அனுப்பினார்கள். மீண்டும் ஒரே இடத்தில் சந்தித்துக் கொண்டோம். அமைதியாகக் கழிந்தன அந்த நாள்கள். அந்த மேல்மாடி விடுதியில் மிகச் சிரமப்பட்டு ஏறி மொட்டை மாடியில் படுத்தோம். வளர்ந்து தலைபரப்பி நின்ற வேம்பு மரம் மொட்டை மாடியின் அரைப் பகுதியைப் பிடித்து மேலே பரவி நின்றது. சுகமான, இதமான காற்று கிடைத்தது. அதைவிட முக்கியமாக மீண்டும் அங்கே அந்த அரை வட்டத்தில் உட்குழிந்த ஏணைப் பிறையைக் கண்டேன்.

நாங்கள் முதல் போய்ப் படுத்த நாளன்று ஏணைப்பிறை சரிந்து வானத்தில் விழுந்து கிடந்தது. அன்றுதான் நான் கேட்டேன். "அக்கா சுகமாமோ?"

"ஓம்" என்றான் ஒற்றை வரியில்.

"வீட்டை யார் பாக்கினமாம்?"

"ஒருத்தரும் இல்லை. அம்மான்ர சம்பாத்தியத்திலதான் ஓடுது."

"அண்ணா?"

“அவன் கலியாணம் செஞ்சிட்டானாம்” சொல்லிவிட்டு முகத்தைத் திருப்பினான் அவன்.

“அப்பாக்கு இப்ப எப்பிடி?”

“அப்பாக்குக் கொஞ்சம் சுகமாம். எழும்பி நடக்கிறாராம். ஒட்டகப்புலத்தான்ர வைத்தியம் வேலை செஞ்சிருக்கு.”

“தம்பியாக்கள் படிக்கிறாங்களோ?”

“எனக்கடுத்தவன் இயக்கத்துக்குப் போட்டானாம்” மறுபடி மற்றப் பக்கம் திரும்பினான். எனக்குத் தொடர்ந்து கதைப்பது நல்லதா, விடுவது நல்லதா என்று தெரியவில்லை. இடைவெளிக்குப் பின் கேட்டேன். “அக்கா என்ன சொன்னவா?”

“அண்ணை ஓடிப்போய் கலியாணஞ் செஞ்சதோட முந்தி வந்து பிளங்கின சொந்தக்காரரும் இப்ப பெரிசா வாறதில்லையாம்.”

“ஏனாம்” நான் கேட்கவும் அவனொரு மாதிரியாக வானத்தைப் பார்த்தான்.

“குளத்தில தண்ணி இல்லை, கொக்குமில்லை மீனுமில்லை” என்றான். ஒன்பதாம் கட்டில்காரன் பாடும் ஏதோ பாடலின் வரி என்பது ஞாபகத்துக்கு வந்தது. நீண்ட நேரம் வானத்தைப் பார்த்துக்கொண்டிருந்தோம். வெறும் நெஞ்சில் காற்றுப்பட சுகமாக இருந்தது. அது மெல்ல மன இறுக்கத்தைத் தளர்த்தியது. கேட்கவா விடவா என்று எண்ணிவிட்டுக் கேட்டேன்.

“கீதா என்ன செய்யிறாள்?”

“ஆஸ்பத்திரிக்குப் பாக்க வந்தவள். நான் கதைக்கேல்லை. நித்திரை மாதிரிப் படுத்திட்டன். அவள் அழுதாள். தட்டிக் கூப்பிட்டாள். நான் கண்முழிக்கேல்லை. நான் சும்மா படுத்திருக்கிறன் எண்டு தெரிஞ்சு இன்னும்கூட அழுதாள்...”

“ஏன் நீ கதைக்கேல்லை. தெளிவாக் கதைச்சுவிட்டிருக்கலாமே?”

“கதைச்சா இதைவிடக் கூட வேதனையா முடியும். இயக்கத்துக்கு வந்தன்றே அதுக்கு முற்றுப்புள்ளி வைச்சாச்சு. பிறகும் பிறகும் பக்கத்தில முற்றுப்புள்ளி வைச்சா அது தொடரியாப் போயிடும். வசனம் முடிஞ்சதா ஆகாது.”

“என்னண்டு உன்னால முடிஞ்சிது?”

“அக்கா முதல் நாள் வரேக்க கண்ட உடன நெஞ்சக் கசக்கி இறுக்கிப் பொத்திற மாதிரி இருந்திது. கண்ணீர் விழாமல் கடவுள்தான் காப்பாத்தினது. அந்த அனுபவத்தோட அடுத்த நாள் அவள் வரேக்கையும் நிலமையை வென்றிட்டன். அண்டு அக்காட்ட சொல்லிவிட்டனான். அவளை வரவேண்டாமெண்டு சொல்லெண்டு. அதோட சரி” அவன் பிறகும் வானத்தைப் பார்த்தான்.

அன்றிரவு அந்தப் பிறையின் ஒளியில் நெடுநேரம் கதைத்துக் கொண்டிருந்துவிட்டு தூங்கிப் போனோம். முன்னரைப் போல வார்த்தைகள் நீண்ட உரையாடல்களாக அன்றிருக்கவில்லை.

அந்த மருத்துவ விடுதியின் இரவுகள் இப்படிச் சில நாள்கள் கழிந்தன. இதமான காற்றும் திறந்த வானமும் நிலவின் ஒளியும் வேப்பமரத்தின் மணமும் அசைவும் மனதுக்குத் தந்த சுகத்தை வென்று கதையும் நினைவும் நெஞ்சில் பாரமாய்க் குடியிருந்தன. நினைவுகளின் அசைபோடலில் இயற்கையின் இனிமை தோற்றுப் போயிற்று. அதற்குள்ளும் ஏதோ ஒரு அமைதி இருக்கத்தான் செய்தது.

ஒருநாள் கேட்டேன். “அக்கா உன்னை விட்டிட்டு வரச்சொல்லி சொல்லேல்லையோ?”

“இல்லை, தம்பிய நான் எடுத்து விடேலுமோ எண்டு கேட்டவா. சாத்தியப்படாது, அவனா வந்தாச் சரி இல்லையெண்டா இல்லை. நீ உனக்கெண்டொரு வேலையைத் தேடு எண்டு சொல்லி யனுப்பினன்.”

அன்றிரவு அவன் பாடினான். ஒன்பதாம் கட்டில்காரன் பாடிய ஒரு பாடலை. ‘அண்ணனென்னடா தம்பியென்னடா அவசரமான உலகத்திலே ஆசை கொள்வதில் அர்த்தமென்னடா காசில்லாதவன் குடும்பத்திலே... வாழும் நாளிலே கூட்டம் கூட்டமாய் வந்து சேர்கிறார் பாரடா. கை வரண்ட வீட்டிலே உடைந்த பானையை மதித்து வந்தவர் யாரடா...’ இந்த வரியோடு நிற்பாட்டி அவன் அழுதான். என்ன செய்வதென்று தெரியாது தவித்தேன்.

“வாழத்தெரிந்தவர்கள் அழுவதில்லையெண்டு அம்மன் கோயிலடியில பின்னேரப் பொழுதுக்குப்

படுக்கவாற காசிப்பிள்ளை நெடுகலும் சொல்லுவார். அதென்னவோ உண்மைதான். ஆனா, இந்தச் சமூகம் வாழத்தெரிஞ்சவர்களெண்டு அடையாளப்படுத்திறது ஆரை? சமூகத்தின்ர சிதைவுகளுக்குள் ளாலும், முடிஞ்சால் அந்தச் சின்னாபின்னங்களில கிடைக்கக்கூடிய சாதகமான கூறுகளை வாலாயப்படுத்தியும் சிதைவுகளுக்குள்ளால சுழிச்சு மேலெழும்பும் நீக்குப் போக்குத் தெரிஞ்சவர்களைத்தான். ஆனா, இப்பிடியானவர்கள் வாழ்க்கையின்ர ஏதாவதொரு திருப்பத்தில தங்கட சுயத்தைப் பற்றி, தங்களுடைய பயணத்தைப் பற்றி மதிப்பிட நேர்ந்தால் அந்தத் தருணம் அவர்களுக்கு எப்படியிருக்கும்! ஆனா, இதுபோல வாழமுடியாத அல்லது விரும்பாத மனிசர் வாழத் தெரியாதவையாத்தான் இந்தச் சமூகத்தில இருக்கவேண்டியிருக்கு. ஆரை நோகிறது?"

சுகுமார் திரும்பியும் வானத்தைப் பார்த்துக்கொண்டிருந்தான். ஒன்பதாம் கட்டில்காரன் பாடும் வரிகள் நினைவுக்கு வந்தன... 'மனிதனம்மா மயங்குகிறேன். தவறுக்குத் துணிந்த மனிதன் அழுவதில்லையே. தவறியும் வானம் மண்ணில் வீழ்வதில்லையே...' இந்தப் பாடல்களோடு சுகுமார் ஒத்துப்போவதற்குக் காரணம் இருக்கத்தான் செய்கிறது என்று பட்டது. ஒன்பதாம் கட்டில்காரனும் மனதில் வந்துபோனான். அவனுக்குள்ளும் என்ன கதையிருக்குமோ?

மறுநாள் காலை வாகனமொன்று வந்து நின்றது. நான் மொட்டைமாடியில் நின்றேன். சுகுமார் இன்னொரு போராளியின் கைத்தாங்கலோடு கைத்தடியூன்றி மேலே வந்தான்.

"மச்சான் எங்கட படையணி வாகனம் வந்திருக்கு. படையணி மெடிசினுக்கு வரட்டாம். போயிற்று வரப்போறன்."

"என்னடா இப்ப வெளிக்கிடப்போகுதோ?" எனக்கு உடன வெளிக்கிடப் போறதை மனம் ஒப்பேலாமல் இருந்தது. மனதிற்குள் ஏதோ ஏக்கம். ஏன்? எனக்கது தெரியேல்லை.

"ஓ.. வெளிக்கிடப்போகுது. சந்தர்ப்பம் வாய்ச்சால் திருப்பியும் சந்திப்பம். எங்கட கையில ஒண்டுமில்லை." அவன் என் முகத்தைப் பார்க்காமல் முகத்தை அங்குமிங்கும் திருப்பித் திருப்பிக் கதைத்துவிட்டு, எனது தோளில் தட்டிப் போய்வாறதாகச் சொல்லிப் போனான்.

தனது அக்காவையும் குடும்பத்தையும் அவன் சுமந்து திரிந்தான். இது பொய்யில்லையே! காடுகளிலும் போர்க்களங்களிலும் இதர எல்லா இடங்களிலும் அவன் தன்னுடனேயே சுமந்தான்.

நேசம் உறவுறுவதால் வருவதில்லை. நினைவுறுவதால் வருவது. நினைவுகள் இல்லையென்றானால் நேசமும் இல்லை, பிரிவும் இல்லை. நானும்தான் இப்போ சுமக்க நேர்ந்துவிட்டதே. நினைவுகளை அகற்றி வாழ நானென்ன மந்திரமா கற்றேன்?

04

மீண்டும் அவனை நான் சந்தித்தேன்; நீண்டகாலத்தின் பின். அதுவொரு துயர்படிந்த காலம். சனசமுத்திரமாய் வலிகாமம் இடம்பெயர்ந்த நேரம். தெருக்களில் பிரசவம் நடந்த காலம். கிடுகுவேலிக் கலாச்சாரம் தன் கற்பிழந்து தெருவில் வாழ்ந்த காலம். குழந்தைகளினதும், பெண்களினதும், வயதானவர்களினதும் அழுகுரல்களால்; நாள்கள் விடிந்து இருண்ட காலம். பெருமை மிக்க யாழ்ப்பாணத்தில் பிரேதங்களைக் கூடப் பெட்டியின்றிக் கையிற் தூக்கியபடி சுடலைக்குப் போன காலமது. அன்றைய ஒருநாள் பருத்தித்துறையின் கடற்கரை வீதியில் சைக்கிளில் வந்துகொண்டிருந்தான் அவன். என்னை அடையாளம் கண்டு சைக்கிள் நின்றது.

"மச்சான் நில்லடா" தவிப்போடு வந்தது குரல்.

முகத்தில் தோல்கள் சுருக்கியிருந்தன. முகம் கொஞ்சம் முத்தியிருந்தது. என்னைக் கண்டதில் கண்களில் ஆதங்கம் பீறியது. மேல்நோக்கி விழிகளை உருட்டியுருட்டிக் கதைத்தான். அப்போதெல்லாம் பரபரப்புத் தெரிந்தது. முன்னரிலும் தோள்கள் அகன்று விரிந்திருந்தன. முதிர்ச்சி தெரிந்தது. துக்கமும் திகைப்பும் கதைத்தபோது முகத்தில் கோடுகளாய் விழுந்தன. நான் கையைப் பிடித்து ஒரு அருகாக நடந்தேன்.

"மச்சான் நீ போ நானிப்ப வாறன்." தன்னுடன் கூட வந்தவனைச் சொல்லியனுப்பினான்.

"கால் இப்ப எப்பிடியெடா, என்ன செய்யிறாய்?" நான் கேட்டேன்.

"அதெல்லாம் ஒண்டுமில்லை. நான் ஒரு சிக்கலுக்குள்ள நிக்கிறன். உன்னால எனக்கு உதவி செய்யேலுமோ?" எனது கேள்வியை ஒரு பொருட்டாக எடுத்தோ, இல்லை இத்தனை நாளுக்குப் பிறகு சந்திக்கிறோமே என்பதற்கான தவிப்போ, அறிகுறியோ இன்றி இப்படிப் பதிலில் அந்தரிச்சான்.

"வீட்டுக்காரர் இந்த மெதடிஸ் பள்ளிக்கூடத்தில இடம் பெயர்ந்து வந்துநிக்கினம். கையில ஒரு சாமானும் இல்லைடா. அம்மாக்கு ரெண்டு காலும் இழுத்திட்டுது. ஒரு வரிசமா நாரிக்குக் கீழ உணர்வில்லை. சைக்கில்ல கட்டி மனிசியக் கொண்டந்திருக்கினம். அப்பாக்கு முந்தி பாரிசவாதம் இருந்தது உனக்குத் தெரியும். உங்க இருக்கவே இடமில்லை. படுக்கக் குளிக்க ஒண்டும் செய்யேலாது. மலசலமெல்லாம் படுக்கையிலதான். அக்காதான் அம்மாவைப் பாக்கவேணும். சனங்கள் காலை நீட்டினாலே புறுபுறுக்குங்கள். இனி இதுக்குள்ள வைச்சு மலசலமெடுக்கிறதெண்டால் என்னெண்டு? சனம் எப்பிடியும் அரியண்டப்படுங்கள். மழை வேற கொட்டிக்கொண்டிருக்கு. எனக்கு என்னசெய்யிறதெண்டு தெரியேல்லை. என்னால வெளியில வெளிக்கிடேலாது. முக்கியமான வேலையில நிக்கிறன்..."

"நான் என்ன செய்யோணும் இப்ப?" நான் கேட்டேன்.

"சாப்பாட்டுப் பிரச்சினைய அவையள் பாத்துக்கொள்ளுவினம். அண்ணையும் நிக்கிறான். நீ அம்மாவைக் கொண்டுபோய் வைச்சிருக்கிறதுக்கு எங்கையாவது ஒரு வீட்டையோ அல்லது ஒரு கொட்டிலோ ஒழுங்கு செய்து குடுப்பியே?"

அவன் கெஞ்சினான். அந்த முகத்தைப் பார்க்க முடியாம லிருந்தது. பரபரத்துக்கொண்டும் இருந்தான்.

"கண்டிப்பாச் செய்யிறன்ரா, கண்டிப்பாச் செய்யிறன்" எனது இரண்டு கைகளையும் பிடித்திருந்த அவனது கைகளை அழுத்திச் சொன்னேன்.

"இப்ப எங்க நிக்கிறாய்?"

"சொல்லக்கூடிய இடத்தில இல்லை. நான் உடன போகோணும். இல்லையெண்டாற் பிரச்சினையாப் போயிடும்."

"பள்ளிக்கூடத்தில போய் என்னெண்டு கேக்கிறது? பெயரைச் சொல்லிப்போட்டுப் போ."

"ரவி எண்டு கேள். இல்லையெண்டாப் பார், ஒரு அம்மா காலை நீட்டி எங்கையாவது இருப்பா. அதை வைச்சுக் கண்டுபிடி" சொல்லிவிட்டு அவன் அவசரமாக சைக்கிளை எடுத்துக்கொண்டு ஓடினான்.

அவனுக்கு என்னட்டைச் சொன்னது ஏதோ ஒரு வகையில் நிம்மதியாக இருக்கும். எனக்கோ மனம் அலைமோதியது. நான் அந்தக் கடற்கரையில நின்றபடியே யோசிச்சுக்கொண்டு நின்றேன். வயிற்றைப் பிசைந்தது. வீடெடுக்கவேணும் என்ற நினைவு வரவும் அதிர்ந்துதான் போனன். ஐந்துலட்சம் சனம் தென்மராட்சி, வடமராட்சிக்கு வந்திட்டுது. இந்த நிலையில் வீடு சாத்தியப் படக்கூடிய சமாச்சாரமா? ஆனால் எப்பிடியும் செய்தே ஆகவேணும்.

முதலில் பள்ளிக்கூடம்; போய்ப் பார்த்தேன். கட்டடம் கொள்ளாத சனம். பரபரப்பும் அழுகுரலும் இரைந்து இறுகின 83 கறுப்பு யூலையின்போது கொழும்பு பம்பலப்பிற்றி இந்துக் கல்லூரிக்குக் காடையர்களின் கண்ணில் படாது சந்துபொந்துகளுக் குள்ளால் வந்துசேர்ந்த சூழலை ஒத்த அதே உணர்வைத் தந்தது. இரண்டாவது கட்டட வரிசைத் தாழ்வாரத்தில் காலைநீட்டி ஒரு தாயின் உருவம் இருந்தது. “நீங்கள் சுகுமாரின்ர அம்மாவா?”

“ஓ...ஓ.”

“சுகுமார் உங்களைப் பாக்கச் சொன்னவர் அதுதான் வந்தனான்.”

“ஆ... ஆ... தம்பி இப்பதான் போனவன். பிள்ளை இஞ்சைவா பிள்ளை.” சனங்களோட இருந்த ஒருத்தி எழும்பி வந்தாள். மெல்லிசென்று சொல்லேலாது. ஆனாலும், வயதுக்கு மாறாய்த் தோல்கள் தொங்கித் தெரிந்த முகத்தோடு அவள் இருந்தாள். நடுத்தர உயரம். பொது நிறம். கூர்மையில்லாத கண்கள். ஒரு பழைய பொலியஸ்ரர் சட்டை. பின்னியிருந்தாலும் தலை பரட்டையாயிருந்தது. நான் இமைக்காமல் பார்த்தேன். இவதானே அக்கா? மனசுக்குள் தவிப்பு; ஏதோ நினைவுகளெல்லாம் ஓடி அலைந்தன. அதற்கிடையில் அம்மா ஏதோ அவளுக்குச் சொன்னா. எனக்கு அது காதில விழேல்லை.

“இதில சுகுமாரைக் கண்டு கதைச்சனான். பாத்திட்டுப்போக வந்தன். நாளைக்கு வந்து உங்களைக் காணுறன்.” எந்த வாக்குறுதியும் கொடுக்க நான் விரும்பவில்லை.

“அண்ணையும் இருக்கெண்டு சொன்னான்...”

“ஓமோம்... அவர் உங்கெங்கையோ வெளியில போட்டார்.”

"சரி நான் வெளிக்கிடுறன் நாளைக்கு வாறன்" என்று சொல்லிப் போனேன்.

இரவு முழுவதும் நித்திரை இல்லை. உருண்டுருண்டு படுத்தேன். நினைவுகள் அலைக்கழித்தன. சுகுமார் இப்ப எப்படி மனம் உழலுவானோ! சொல்லமுடியாத இடத்தில் நிற்பதாகச் சொன்னானே. அப்ப சண்டையிலகூட இல்லை. ஒரு வேளை 'அதா'யிருக்குமோ. எனக்குள் ஏதேதோவெல்லாம் நினைத்தேன். பிறகு, வீட்டிற்கோ - கொட்டிலுக்காகவோ சாத்தியமான வழிகளை யெல்லாம் யோசித்தேன். முடிவில் அதிகம் பழக்கமில்லாவிட்டாலும் எனக்கு அறிமுகமானவர் ஒருவர் பருத்தித்துறை வட்டத்தில் பொறுப்பாக இருப்பது நினைவுக்கு வந்தது. முகத்தை நினைவுபடுத்திப் பார்த்தேன். அறிந்தவரை நல்ல சுபாவம். பார்த்தால் எப்பொழுதும் வேர்த்துக்களைத்த முகத்துடன் தெரியும் பேர்வழி. ஓரளவு நம்பிக்கை தெரிந்தது.

மறுநாள் விடியப் போய் அவரைச் சந்தித்தேன். என்னை அவர் நினைவில் வைத்திருந்தார். முதலில் இரண்டு போராளிகளின் தாய்தகப்பன் என்று தொடங்கி, அம்மாவின் நிலையை எடுத்துச்சொல்லி, அவரின் முகத்தில் மாறுதல் கண்டு நம்பிக்கைவர, ஒரு வீட்டிலோ அல்லது தண்ணி வசதியோடு ஒரு கொட்டிலிலோ அவர்களை விட ஒழுங்கு செய்ய ஏலுமா என்று கேட்டேன். உங்களுக்கிருக்கும் சிரமத்தோடு இதைக்கேட்பதற்காக மன்னிக்கவேண்டும் என்றும் சொன்னேன். சுகுமார் வரமுடியாத நிலை பற்றி அவரை இரங்க வைப்பதற்காக மேலும் சொன்னேன். அவர் அர்த்தப்பூர்வமாகக் கண்களைத் தூக்கி யோசித்தார். பெரு விரல் நகத்தைக் கடித்தார். எண்ணை வடிந்த முகம் வாராத தலைமயிர். கீழ் பட்டின் பூட்டாத சேட்டு. துருதுருத்த கண்கள். எனக்கென்னவோ நம்பிக்கையாக இருந்தது.

"பின்னேரம் வந்து என்னைப் பாருங்கோ, சொல்லுறன்." என்று திருவாய் திறந்தார். தட்டிக் கழிக்கும் முகபாவம் அவரிடமிருந்து தெரியாததால் உற்சாகத்தோடு நன்றி சொல்லி வெளிக்கிட்டேன்.

மெதடிஸ் பள்ளிக்கூடம் போய் அவர்களைச் சந்திக்க விரும்பினேன். எந்த முடிவும் இல்லாமல் சந்தித்து என்ன பயன், என்று யோசித்துவிட்டுப் போகாமல் எனது அலுவலைப்

பார்த்தேன். பின்னேரம் அதே நினைவாயிருந்து அந்தப் பொறுப்பாளரிடம் போனேன்.

"நான் அவையளச் சந்தித்தனான், மெதடிஸ் பள்ளிக்கூடத்தில தானே?" என்னைக் கண்டதும் அவர் அதே நினைவாய்ச் சொன்னார். நம்பிக்கை பிறந்தது.

"நான் அங்கவுள்ள சனத்துக்குச் சாப்பாடு ஒழுங்குசெய்யப் போனனான். கொஞ்சப்பேரைப் பிரிச்சு வேற இடம் மாத்தவேணும். அங்கதான் ஒரு ஏலாத அம்மாவை ஒரு பெடியன் கையில தூக்கிக்கொண்டு போனதைக் கண்டனான். இவையளாத்தான் இருக்கும் எண்டு நினைச்சன். நான் ஒண்டும் கதைக்கேல்லை." என்னைப் பார்த்தார்.

"அலுவல் ஏதும் சரிவந்ததோ?" நான் அவரை விசயத்துக்குள் இழுத்தேன்.

"ஓ... சனமிருக்க பள்ளிக்கூடங்களே காணாது. இதில வீடெடுக்கிறது எண்டா சாத்தியக் கூறு இல்லை. ஆனாலும் ஒரு வெறும் வீடு பாத்திருக்கிறன். முந்தி எங்கட தேவையொண்டுக்கு அலுவலகமாக இருந்தது. பெடியளைவிட்டு எங்கட சாமானை எடுத்திட்டுக் கழுவச் சொன்னான். இவரோட போய் இடத்தப் பாருங்கோ. விடியக் கூட்டி வந்துவிடலாம் நீங்கள்."

அவரது கையைப் பிடித்து அழுத்தி நன்றி சொல்லி வீட்டைப் போய்ப் பார்த்தேன். மறுநாள், மெதடிஸ் பள்ளிக்கூடம் போனேன். அவர்களிடம் இந்த விடயத்தைச் சொல்லி, சுகுமார் என்னுடன் கதைத்ததையும் சொல்லி வீட்டுக்குக் கூட்டிச் சென்றேன். அக்காவுக்கு முகம் விடிந்தது. ஆனால் கண்கலங்கி நீர் கட்டியது. அம்மாவின் கண்களிலிருந்து நன்றி உணர்வு பெருக்கெடுத்து வந்தது.

என்னை நெருக்கிய வேலைப் பளுவுக்குள்ளும் இரண்டாம் நாள் - பின்னேரப் பொழுது போனேன். முதல் நாள் கிணற்றடியில் கீழே இருத்தி அம்மாவைக் குளிக்க வாத்தது நினைவுக்கு வந்தது. தெரிந்த ஒருவர் அதற்குப் பக்கத்து வீட்டில் இருந்தார். அவர்களிடத்தில் ஒரு பழைய கதிரை வாங்கிக்கொண்டு போனேன். இப்போதைக்கு அம்மா குளிக்க அது உதவலாம்.

அக்கா முகமெல்லாம் கண்ணாகச் சிரித்து, மரியாதையை அதில் குழைத்து "வாங்கோ" என்றாள். அம்மாவும் "வாங்கோ

தம்பி" என்றா. அங்கு நின்ற எல்லாருமே ஒரு வாய் "வாங்கோ" என்றழைத்தனர். அதன் அர்த்தம் எனக்கு விளங்கித்தான் இருந்தது.

"தம்பி நேற்று வந்துபோனவன். உங்களை வந்து தன்னால் சந்திக்கேலாமல் இருக்குதெண்டு சொல்லச் சொன்னவன். இந்தக் கடிதத்தை உங்களிட்ட குடுக்கச் சொன்னவன்." அக்கா உறையிடாத ஒரு கடிதத்தை நீட்டினாள். வாங்கிப் பிரித்துப் படித்தேன்.

'அன்புடன் நண்பனுக்கு,

நான் நலம். முக்கியமான ஒரு கடமையில் நான் ஈடுபடத் தொடங்கியிருக்கிறேன். சஞ்சலப்பட்டுக்கொண்டிருந்த என் மனம் உன்னால் அமைதியடைந்திருக்கிறது. என் கடமையில் வலிமையோடு மனதைச் செலுத்த இது உதவிசெய்யும்.

உன்னால் எனக்கு எப்போதும் மன அமைதி கிடைத்திருக்கிறது. இப்போதும் அப்படித்தான். நீ எவ்வளவு சிரமப்பட்டிருப்பாய் என்பது எனக்குத் தெரியும். உனக்கு என் இதயத்தின் நன்றியைத் தவிர வேறென்ன தர இருக்கிறது என்னிடம்?

வீட்டுக்காக நான் உழைத்தபோது எப்படி என்னை நானே பொருட்படுத்தவில்லையோ, அப்படியே நாட்டுக்காக என்று உழைக்கும்போது குடும்பத்தை நான் பொருட்படுத்த முடியாது என்பதை விளங்கியுள்ளேன். ஆனாலும், நினைவுகள் சதா அலைக்கழிக்கின்றன. இப்போது உன்னால் ஆறுதல் அடைந்திருக்கிறேன். ஒரு போராளி மீதம் இருக்கும்வரை கைவிடப்படாதிருப்பது விடுதலை இலட்சியம் மட்டுமல்ல, எங்கள் குடும்பங்களும்தான் என்று உணருகின்றேன்.

இடப்பெயர்வில் சனங்களின் அவலத்தை என்னால் காணச் சகிக்கவில்லை. தென்மராட்சித் தெருக்களில் கண்கொண்டு பார்க்க முடியாதிருக்கிறது. குழந்தைகளும் கர்ப்பிணிகளும் வயோதிகர்களும் என்ன ஆவார்கள் என்று நினைக்க எங்கோ வலியெழுந்து தலைவிறைக்கிறது.

விலைகொடுக்காது விடுதலை சாத்தியமாகாது என்பதை விளங்கித்தான் உள்ளேன். ஆயினும் விடுதலைக்குத் தக்க விலைதான் கொடுக்கலாம். அதற்கு மேலால்

கொடுக்கமுடியாது. கொடுக்கக்கூடாது. கொடுக்க நேர்ந்தால் நாங்கள் தோற்றுவிடக் கூடுமென எண்ணுகிறேன்.

மறுபடியும் உன்னைச் சந்திக்கமுடியுமென்று நம்பவில்லை.

நன்றிகளுடன் நண்பன்
சுகுமார்.'

கடிதம், சுகுமார் ஈடுபட்டிருக்கும் முக்கியப் பணி தொடர்பாக நான் எண்ணியது சரியாக இருக்கலாம் என்பதை மேலும் ஊர்ஜிதப்படுத்தியது. நெஞ்சுக் கூட்டுக்குள் ஏதோ இனம் புரியாத இறுக்கம். அதிகம் மூச்சை உள்ளிழுத்து நான் விடுபட முயன்றேன். எனக்கு அவனைத் தெரியும். அவனின் மனதைத் தெரியும். அவனின் மனம் அசையும் கோணம் தெரியும். அதை வைத்துத்தான் எனக்கு இப்படி எண்ணத் தோன்றியது. நான் அவர்களிடமிருந்து விடைபெற்றேன். தமையன் பழைய சைக்கிளில் தடிகளைக் குத்தெனக் கட்டிக்கொண்டிருந்தார். அவனின் மனைவி உதவி செய்துகொண்டிருந்தாள்.

"சாப்பாட்டுக்கு என்ன செய்யிறிங்கள்?" முற்றத்தில் நின்று நான் கேட்டேன்.

"மெதடிஸ் முகாமிலேயே எங்களைப் பதியச் சொன்னவர் அந்தப் பொறுப்பாளர். அங்க வந்து குடுக்கிற நிவாரணங்களை எடுக்கச் சொன்னவர். தம்பி இப்ப விறகு கட்டப் போறவர். அதுதான் வெளிக்கிடுறார். பறவாயில்லை சாப்பிடுறம்." அக்கா பதில் சொன்னாள்.

திருமணம் செய்தவுடன் அவனுக்குப் பொறுப்பும் வந்துவிட்டதே! அவனது முகமும் பொறுப்பற்றவன்போல் எனக்குத் தோன்றவில்லை. நான் அங்கிருந்து மீண்டும் வருவதாகச் சொல்லிக்கொண்டு புறப்பட்டேன். ஆனால், அதற்குப் பிறகு இடப்பெயர்வின் அதிக வேலைச்சுமை காரணமாய் நான் அங்கு சென்றதில்லை. மறுபடி அவர்களைக் கண்டதில்லை.

05

தென்மராட்சி, வடமராட்சியிலிருந்து 'ரிவிரச-2'ஆல் மீண்டும் கிளிநொச்சி நோக்கி இடப்பெயர்வு. அதிஸ்டம் படைத்தவர்கள் தங்கள் உயிர்களைப் படகுகளில் ஏற்றி குடாநாட்டிலிருந்து கிளிநொச்சிக்குக் கொண்டுவந்து விட்டார்கள். மிகுதியானோர் குடாநாட்டில் இராணுவத்தால் சிறைப்பிடிக்கப்பட்டனர். யாழ்ப்பாணம் திறந்தவெளிச் சிறைச்சாலையாயிற்று. யாழ்ப்பாணத் தமிழருக்கு செம்மணி வாழ்வு பரிசாகிற்று. கிளிநொச்சி வந்தோரைக் காடும் யுத்தமும் சூழ்ந்துகொண்டன. கிளிநொச்சியிலிருந்து மாங்குளத்திற்கு 'சத்ஜெய'வால் மீண்டும் இடப்பெயர்வு. மீளவும் மாங்குளத்திலிருந்து 'ஜெயசிக்குறு'வால் புதுக்குடியிருப்புக்கும், மல்லாவிக்கும் இடப்பெயர்வு. ஆனால், அவர்கள் வடமராட்சியிலிருந்தே ஊர் போயிருக்கக்கூடும்.

காலங்கள் ஓடின. நினைவுகள் வீரியமிழந்தன. அதைவிட வேறுபல நினைவுகள் மனதில் வலுவாய் இடம்பிடித்தன. வாழ்வு தன் இழிந்த முகத்தை இந்தச் சனங்களுக்குக் காட்டியது. வாழ்வின்மீது போர் சன்னதம் கொண்டு ஆடியது. சனங்களுக்கு உயிர்களைத் தக்கவைப்பதே மேலான பிரயாசையாகிவிட்ட வாழ்வு வந்து சேர்ந்தது.

சுகுமார், அவன் குடும்பம் பற்றிய நினைவுகள் மங்கி வீரியம் இழந்துவிட்டதாய் நான் நம்பியிருந்த நாள்களில் ஒருநாள், ஜெயசிக்குறுவில் எதிரியும் நாங்களும் காடுகளும் திணறிக் கொண்டிருந்த நாள்களில் ஒருநாள், திருமலை சீனன்குடா விமானத்தளம் தாக்கி அழிக்கப்பட்டதாய்ச் செய்தி வந்தது. எதிரியின் மையக் கவனத்தைத் திருப்பக்கூடிய பேரிடியது.

கிழக்கிலிருந்த படையணிகளைப் பின்வாங்கி 'ஜெயசிக்குறு'வில் இராணுவம் குவித்துக்கொண்டிருந்த ஒரு சமயம் திருமலையில் நிகழ்த்திய வெற்றித் தாக்குதல் அதிக உற்சாகத்தை வன்னியில் தந்தது. காய்ந்த வயிறுகளினதும், தளர்ந்த உடல்களினதும் மனங்களை நிறைத்தது அந்தச் செய்தி. 'ஜெயசிக்குறு'வில்

எங்கள் களமுனையெங்கும் வெற்றிக் கொண்டாட்டங்கள். அப்போதுதான் நான் கண்டேன், அந்தக் கரும்புலித் தாக்குதலின் பெயர் விபரத்தில் அவனும் அடங்கியிருந்தான்.

அவனும் அவனது குடும்பமும் விஸ்வரூபம் கொண்டு என் மனதை ஆக்கிரமித்தன. நரகத்துள் உழலுவதாய் இருந்தன அந்த நாள்கள். அவன் கரும்புலி அணியில் இருந்ததை நான் ஊகித்துத்தான் இருந்தேன். ஆனால், நினைவுகளை வார்த்தைகளால் சமரசம் செய்துவிட முடியுமா என்ன? இல்லை கவலைகளைத்தான் நியாயங்களால் சீர்செய்துவிட முடியுமா என்ன?

எத்தனை போர்க் களங்கள், எத்தனை இழப்புகள், எத்தனை துயரங்களை இந்தப் போர் வாழ்வில் பார்த்தாகிவிட்டது; வாழ்ந்தாகிவிட்டது. அதற்கெல்லாம் பழகியாகிவிட்டது. பொது நியாயம் ஒன்றில் எல்லா இழப்புகளும் மேன்மை பெற்றிருந்தன. தவறுகள்கூட நியாயப்பட்டிருந்தன. அதனில் அதுவே தர்மமும். ஆனால் இதுமட்டும் ஏன் இத்தனை தூரம் என் மனதை அலைக்கழிக்கின்றது? என் இரவுகளைக் கனமாக்குகின்றது? நிலவே என்னைச் சுட்டெரிக்கின்றது?

அவனின் மனக்கோலத்தை நான் அறிந்திருந்தேன். உணர்ந்திருந்தேன். ஒருவேளை நான் கடவுள் ஆகினால் அவனின் மனதையே எல்லா மனிதர்களுக்குமாகப் படைத்திருப்பேன். இந்தத் தற்கொடை யுத்ததாரியின் மனதை பூமியின் மனிதர்களுக்குப் படைத்திருந்தால் யுத்தம் இல்லாத பூமியை ஒருவேளை என்னால் சாத்தியமாக்கி யிருக்கவும் கூடும்.

மனித உரிமை இராஜதந்திர சகாப்தத்தில் வாழ்ந்துகொண்டிருக்கும் இந்த உலகில்; இதை ஒரு விகடமாகவே விசித்திரமாகவோ, மேலும் பைத்தியக்காரத்தனமாகவோ யாரும் எண்ணக்கூடும். ஆனாலும் நான் அப்படி உணருவதுதான் உண்மை.

அவனது குடும்பத்தின் இப்போதைய விபரத்தையோ, அவனுக்கான இறுதி நிகழ்வு தொடர்பாயோ, நினைவாய்க் கல்நாட்டும் துயிலுமில்லம் பற்றியோ எதுவுமே அறிய மறுத்தேன். ஆர்வமற்று என்னை நானே இருக்கச் சொன்னேன். அது, பல சம்பவங்களின் தொடர் என்றும் இன்னும்

சம்பவிக்கப் போவனவற்றின் இடை என்றும் வியாக்கியானம் செய்துவைத்தேன்.

அவனுக்கான இறுதி நிகழ்வைத் தேடித் தெரிந்துகொண்டு அதில் கலந்துகொள்ளவேண்டிய அவசியம் இல்லையென்றும், மனதில் மரியாதை செலுத்தினால் போதுமெனவும் எனக்குச் சொன்னேன். அவனது குடும்பம் யாழ்ப்பாணத்தில் இருக்கலாம். அவனின்றி வாழ்ந்து அவர்களின் வாழ்வு பழக்கப்பட்டிருக்கலாம். பழக்கம்தானே வாழ்வாகின்றது. இப்படி நியாயங்களால் என்னை முற்றுகையிட்டேன். நான் எனது சமநிலையைக் காப்பாற்ற இப்படியெல்லாம் எண்ணவேண்டியிருந்தது. ஆனால் எனது இந்தச் செயலுக்காக யுத்தம் நின்ற இரண்டாயிரத்து ஒன்று அமைதிக் காலத்தில் நான் மனம் சிதையவேண்டி ஆயிற்று.

அமைதிக் காலம் அதிகம் நினைவுகளைக் கிளறும் வல்லமை கொண்டது. சடுதியாய் ஒருநாள் சுகுமார் விஸ்வரூபம் பெற்றான். என்னைப் பார்க்க அழைத்தான். மனதைப் பகிர அழைத்தான். நான் போனேன். ஏற்கனவே நான் வைத்துக்கொண்ட எனது கற்பித நியாயங்கள் உருத்திரண்டன. எழுந்து நர்த்தனமாடின. என்னைக் கேள்வி கேட்டன. கேள்விகளுக்கு நான் சமைத்த நியாயங்களைத் தட்டியுடைத்தன. படுக்கை என்னை விடவில்லை, உருட்டியது. இதற்கெல்லாம் பணி நிமித்தமான பிரயாணம் என்று பொய் சொல்லி இராணுவம் சூழ்ந்திருந்த யாழ்ப்பாணத்துள் சென்று அவன் பொருட்டு அக்காவைச் சந்தித்ததுதான் காரணமாயிற்று.

பன்னிரண்டு வருடத்தின்முன், காட்டில், ஒரு மழை இரவில் அவன் என் மனதில் வரைந்த அவனின் ஊர், வீடு, மனிதர்களின் வரைபடத்தைக் கொண்டு அவனது நினைவின் அழைப்பை ஏற்று நான் அங்கு போயிருந்தேன்.

இதுதான் ஊர். அந்தா இருக்கிறது அவனது ஊர்க்கோயில். சுற்றி விஸ்வரூபமாக எத்தனை மரங்கள்! கீழே எப்படியிந்தக் குளிர்மை. நித்திய அமைதி, சூக்குமம் நிறைந்ததாய்க் கோயில் அமைப்பு. ஆடம்பரத்தின் விருப்புகளற்ற தெய்வம். சுற்றிப் பரந்தது வெளி. இந்தா கோயிலை வளைத்துத் திரும்புகிறது கரிய வீதி. வளைவு முடியக் கடை - சில வீடுகள். இந்தா இருக்கிறது சைக்கில் கடை. நினைவின் வரைபடத்தில் நம்பிக்கை பிறந்தது.

“மோகனின் சைக்கில் கடை....?” நான் இருந்தவரைப் பார்த்துக் கேள்வியை இழுத்தேன்.

“ஓம் இதுதான்!”

பொங்கி வருகிறது நம்பிக்கையின் மகிழ்ச்சி. எதுவும் கேட்காமல் பக்கத்தில் விஸ்தாரம் இன்றித் திரும்பும் ஒழுங்கையால் போகிறேன். முடக்கு. ஒழுங்கை இன்னும் சிறுக்கிறது. சுற்றிப் பார்க்கிறேன். பூவரச மரங்கள். வேலி இருப்பதுபோல இருந்தது. வேலி இல்லை. கொஞ்சம் தயக்கத்துடன் அந்த வரைபடத்தில் இன்னும் போகிறேன்; மிக ஒடுங்கிய அந்தப் பாதையில். அந்தா தெரிகிறது, ஒரு பழைய கல்வீட்டின் பின்புறம் பக்கவாட்டாக ஓலைக்கொட்டில். ஓம் இது குசினி. எல்லாம் சரி.

“அக்கா... அக்கா...” கூப்பிட்டேன். யாருமில்லை. இன்னும் உள்ளே போனேன்.

“அக்கா... அக்கா...” சுற்றிப் பார்த்தேன்.

சுவரில் கரிக்கோடுகளால் அழகற்று, ஒழுங்கற்று, எழுத்துகள் ஒரே அளவற்று ஏதோ வசனம் இருக்கிறது. படிக்கிறேன். ‘என் விதி அப்போதே அறிந்திருந்தாலே கர்ப்பத்தில் நானே கலைந்திருப்பேனே.’ ஒரு பாடலின் வரியிது, நினைவு தகவல் தந்தது. மனதைப் பிசைந்தது கரிய வரி.

கையில் சட்டி கழுவிய பொச்சுடன் அக்கா வந்தாள். அதே முகம். பதினைந்து வயது கூடியிருக்கும்போல.

“ஆரிட்ட....?” ஒற்றை வரியில் தயக்கத்துடன் வந்தது கேள்வி.

“சுகுமாரின்ர வீடு... இதுதானே?” தயக்கத்துடன் வார்த்தையை இழுத்துக் கதைத்தேன்.

“ஓமோம்... உள்ள வாங்கோ” சொல்லிக்கொண்டு அவள் போனாள். கைகழுவிக்கொண்டு திரும்பியும் வந்தாள்.

“இருங்கோ” ஒரு ஸ்ரூலை முன்னே நகர்த்தினாள். எதிரே அமர்வதற்கு இன்னொன்று அந்த வீட்டில் இல்லை போலிருக்கிறது.

“இல்ல நான் இப்படிக் குந்தில இருக்கிறன். சுகமாயிருக்கும்.” நான் சொன்னேன்.

"கொஞ்சம் பொறுங்கோ தட்டிவிடுறன்." துணியொன்று கொண்டுவந்து தட்டிவிட்டாள். இருந்தேன். பதிலுக்கு நானும் "இருங்களன்" என்றேன்.

தயக்கமாய் இருந்தது. என்ன கதைப்பது. எப்படிக் கதைப்பதென விளங்கவில்லை. ஏன் வந்தேன்? அதுவும் தெரியவில்லை. 'என்ன அலுவல் சொல்லுங்கோ?' என்ற மாதிரி அவளின் பார்வை இருந்தது. அது இன்னும் என்னைச் சங்கடத்தில் மாட்டியது.

"நான் சுகுமாரோட நிண்டனான். முந்தி வீட்டடையாளம் சொன்னவன். இப்ப சமாதானப் பேச்சில பாதை திறந்தாப் போல சும்மா வந்தன்."

"..."

பதிலில்லை. என்னையே பார்த்தாள். கொஞ்சம் பதட்டமாயும் இருந்தாள். எனக்கு இது மேலும் சங்கடமாய் இருந்தது.

"என்ன அலுவலாய் வந்தனிங்கள்?"

"இல்லை, சும்மா வந்தாப் போல கதைச்சிட்டுப் போகலாம் எண்டு..." எனக்குச் சரியாப் பதில் சொல்லத் தெரியேல்லை. தடுமாறினேன். அதற்கிடையில் ஒரு பெண்மணி வந்தாள். "பிள்ளை கடையில அண்ணாவைப் போய் வரச்சொல்லு. தம்பி அலுவலா வந்திருக்கிறார் போல" ஒரு மாதிரி பார்த்துப் பேசினாள் அவள். நான் சுதாரித்துக்கொண்டேன்.

"இல்லை, என்னை உங்களுக்குத் தெரியும். வடமராட்சியில மெதடிஸ் பள்ளிக்கூடத்தில வந்து பாத்தன். பிறகு ஒரு வீடு எடுத்துத் தந்திட்டுப் போனன்..." அவள் முகத்தில் சில கோடுகள் மாறின.

"ஓமோம் ஞாபகம் இருக்கு. அது நீங்கள்தானே. அப்ப சின்னாள் மாதிரி இருந்திது." எதிலிருந்தோ விடுபட்டு அவள் புன்னகையோடு சொன்னாள். முகம் வெளித்தது.

"ஓம் நான்தான். எட்டு வருசம் ஆச்சுத்தானே?"

"இல்லை நாங்கள் பயந்துபோனம். ஆரெண்டு தெரியேல்ல. அண்ணா சீ.ஐ.டி.காரர் வருவாங்கள் கவனமா இருக்கவேணும். கண்டபடி கதைக்கக்கூடாதெண்டு சொன்னவர். வன்னியில இருந்து வந்தாக்கள் எண்டால் தெரியாத சனங்கள் ஒருமாதிரிப்

பாக்குதுகள். நாங்களும் இப்பதானே வந்தனாங்கள். எங்களுக்கும் பயமாத்தான் இருக்கு. இராணுவப் புலனாய்வுக்காரர் தகவல் திரட்டுவாங்களாம். அதுதான் நீங்களும் அப்பிடி ஆருமோ எண்டு பயந்திட்டம் நாங்கள்."

"இவ்வளவு காலமும் வன்னியிலயா இருந்தனிங்கள்!?" ஆச்சரியத்துடன் நான் கேட்டேன். மனம் நெருடியது.

"ஓ... அங்கயிருந்து நாங்கள் வந்து இப்ப ஒரு ஐஞ்சு மாசம் இருக்கும். அம்மான்ர திவசத்திக்கு இஞ்ச நிக்கிறம் என்னண்ணி?"

"அம்மா இறந்திட்டாவா?"

"ஓ அம்மா தம்பிக்கு முன்னம் போயிற்றா." அவளது முகத்தில் கோடுகள் மாறின. நான் மௌனித்தேன். சில நிமிடம் மௌனம் நிலைகொண்டது.

"அம்மா பிறகு கால் சுகம் வந்திருந்தவாவோ?"

"இல்லை. சரியாக் கஸ்ரப்பட்டுப் போனம். அப்பாவுக்கும் திரும்பிப் பாரிசவாதம் வந்திட்டுது. சொல்லேலாத கஸ்ரம் வன்னியில பட்டம். பாதை திறந்தாப்பிறகு சனமெல்லாம் வந்திதுகள். தம்பியுமில்லை, ஒருத்தருமில்லை. நாங்களும் வந்திட்டம். அங்க அதுக்குள்ள இருக்கவே எங்களுக்குப் பயமாயிருந்திச்சு" அவளின் குரல் மாறியிருந்தது. 'அதுக்குள்ள' என்பதை அழுத்தி உச்சரித்தாள்.

"அப்பாவுக்கு இப்ப என்ன மாதிரி?" நான் கதையை மாற்றிவிட எண்ணினேன். ஆனால் அதுவே விபரீதமாகும் என்று நான் நினைக்கவில்லை. அவள் பேசாமல் குனிந்தபடியிருந்தாள். பிறகு, மூக்கை உறுஞ்சினாள். அழுகிறாள் என்பது தெரிந்தது.

"அப்பாவும் மோட்சம் போயிற்றார். அம்மாவின்ர அந்தியேட்டி முடிய, அப்பா மோட்சம் போயிற்றார்." எனக்குத் தூக்கிவாரிப் போட்டது. ஏன் கேட்டேன் என்று வெட்கப்பட்டேன். பக்குவமாகப் புரிந்துகொண்டு ஊகித்துக் கதைக்கத் தெரியவில்லையே என்று என்னைத் திட்டிக்கொண்டேன். அவள் அழுதாள். நான் மனம் குறுகிப் போனேன்.

"வடமராட்சியில பிறகு வந்து பாக்கேலாமல் போச்சு. வேலையா வேற இடத்தில நிண்டனான். இடம்பெயரேக்க

நீங்களும் அம்மாவோட வரக்கஸ்ரம் எண்டு ஊருக்குத் திரும்பியிருப்பியள் எண்டுதான் நினைச்சன்." இந்த வார்த்தை எதற்காகச் சொல்கிறேன். சொன்னபின் இந்த வார்த்தையே எனக்கு அந்நியமாகப் பட்டது. நான் குற்ற உணர்விலிருந்து விடுபட மட்டுமல்ல, அவர்கள் ஏதும் தவறாக எண்ணிவிடக் கூடாதே என்றதுக்காவும்தான் இப்படிச் சொல்கிறேனோ என்றிருந்தது. ஆனால், அந்த முகத்தில் குற்றம் தேடும் அறிகுறி எதுவும் இல்லை.

"அம்மாவோட வன்னிக்குப் போறது கஸ்ரம் எண்டு தெரியும். ஆனா ஆமியிற்ற அம்பிடப் பயமாயிருந்திது. அங்க இருக்கேக்க அவசர அவசரமாக விரும்பிற ஆக்களை 'லெரியில' வன்னிக்குக் கூட்டுறவுச் சங்கங்கள் ஏத்திச்சிது. அதில ஏறி கிளாளியில எவ்வளவோ கஸ்ரப்பட்டு கிளிநொச்சி போனம்..." அவள் பேச்சை நிறுத்தினாள். பெருமூச்சுவிட்டாள். எச்சில் விழுங்கினாள். பிறகு சொன்னாள், "கிளிநொச்சியில படாதபாடுபட்டம். உருத்திரபுரம் கல்லூரி முகாமில இருந்தம். பிறகு முரசுமோட்டையில ஒரு சின்னப்பள்ளிக்கூடம் இருந்தது. அங்க சனம் குறைவு. வயல்கிணறும் கோயில் கிணறும் இருந்திது. தம்பி வந்து சொல்லி அங்க மாறியிருந்தம். உருத்திரபுரத்தில குந்தியிருக்கவே இடமில்லை. அம்மாவின்ர நிலை இப்படியில்லையெண்டா நாங்கள் எப்பிடியும் இருப்பம். இதாலதான் மாறினம்.

"உருத்திரபுரத்தில, நிவாரணத்தோட இந்த வெளிநாட்டு நிறுவனங்கள் மாறிமாறிச் சாமானுகள் குடுத்திது. ஆனா அங்க உட்கிராமத்தில ஒண்டும் குடுபடேல்ல. உணவு நிவாரணம் கிடைச்சிது. வடமராட்சியில ரவி விறகு கட்டினவன். எழுவதெண்பது வரும். அரிசி, சாமானோட ஏதோ சாப்பிட்டம். ஆனா, அங்கபோய் விறகு கட்ட முடியேல்லை. தொழில் ஒண்டுமில்லை. எல்லாச் சனமும் இடம்பெயர்ந்த சனங்கள். கையில காசெண்டு எதுவுமில்லை. மூத்தண்ணையின்ர மனிசி போட்டிருந்த சங்கிலிய அரை விலைக்கு வித்து, சைக்கிள் சாவியள் வாங்கி றோட்டில மரத்துக்குக்கீழ திருத்த வேலை செஞ்சார் பெரியண்ணை. ரவி காட்டுக்க ஆக்களோட போய் கொட்டில் போடுற தடியள், மரங்கள் வெட்டியந்து வித்தான். ஒருமாதிரிச் சாப்பிட்டம். பிறகு திரும்பியும் கிளிநொச்சிக்கு ஆமி வர சனம் மாங்குளப் பக்கமாப் போச்சுதுகள். தம்பி வந்து

புதுக்குடியிருப்புக்குப் போகச் சொன்னான். அவனும் அங்க கிட்டடத்தான் இருந்தவன்.

“முல்லைத்தீவில திருப்பி ஆமியை இறக்கினாங்களெண்டா புதுக்குடியிருப்புப் பயம் எண்டு சில சனம் கதைச்சிது. ஆனா, நாங்கள் அங்க போனது நல்லதாப் போச்சு. இல்லையெண்டா திருப்பியொருக்கா மாங்குளத்திலயிருந்து ஓடியிருக்க வேணும். புதுக்குடியிருப்பில ஒரு பள்ளிக்கூடத்தில இருந்தம். நிவாரணம் குடுத்தவை. தம்பி வந்து பாத்தவன். பிறகு தம்பி அனுப்பிய பெடியள் வந்து ரவியைக் கூட்டிக்கொண்டு போய் மாலதி கலையரங்க மேடையிருந்திது அதுக்குப் பின்னால இறக்கிப் போட்டிருந்த பத்திக்க இருக்கலாம் எண்டு சொல்லிச்சினம். அம்மாவைப் பள்ளிக்கூடத்தில இருந்து கொண்டுபோய் அங்க வைச்சிருந்தம். பக்கத்தில தண்ணியிருந்தது. நிவாரணம் தரமாட்டினமோ எண்டு பயமாயிருந்திது. பிறகு விதானையிட்டக் கதைக்க அவர் பதிஞ்சிற்று நிவாரணத்தை முகாமில வந்து எடுக்கச் சொன்னவர்.

“மூத்தண்ணை அங்கயும் சைக்கிள் திருத்திற வேலை செஞ்சார். நாங்கள் இடம்பெயர்ந்த ஆக்களெண்டபடியா தொடக்கத்தில பெரிசா தொழில் வாறயில்லை. சில்லறை வேலையள் வரும். ரவி அங்கயும் காட்டுக்க தடிவெட்டி வித்தவன். அதில கொஞ்சம் வருமானம் இருந்திச்சு. பிறகு மாங்குளத்தில இருந்து சனம் இடம்பெயர்ந்து வந்தாப்பிறகு காட்டுக்க போகக் கூடாதெண்டு சட்டம் வந்திது. தடிவெட்டேலாது. ரவி நந்திக்கடல் பக்கமாப் போய் விறகு வெட்டினான். தொழில் தோது வரேல்ல. சரியாக் கஸ்ரப்பட்டம்.

“அங்க போன தொடக்கத்தில தம்பி ரெண்டு மூண்டு தரம் வந்து போனவன். பிறகு கனகாலம் வரேல்ல. தான் முக்கியமான வேலையா நிக்கிறனெண்டு சொல்லுவான். நாங்கள் விடுத்துக் கேக்கிறேல்லை. சின்னவன் அப்பனும் படிப்பை விட்டிட்டான். அங்க வச்சுத்தான் அவன் இயக்கத்துக்குப் போனவன்...”

அவள் தலையைக் குனிந்தாள். வார்த்தைகள் தடுமாறின. ஒவ்வொன்றாய் எண்ணிப் பார்த்தாள் போலும். கன்னத்தில் நீர்க்கோடுகள் விழுந்தன. மூக்கைச் சிந்திவிட்டு நிமிர்ந்தாள்.

“நாங்கள் என்ன செய்யிறது? அவங்களெல்லோ யோசிக்கோணும். ரவி கலியாணம் கட்டிற்றான். மூண்டு

பேரும் இயக்கமெண்டா, அம்மா அப்பான்ர நிலமையில நான் என்ன செய்யிறது. எங்கபோய் ஆரிட்டக் கேக்கிறதெண்டு தெரியேல்லை.

"தம்பி விசயம் கேள்விப்பட்டு வந்தான். 'இவனுக்கு அங்க என்ன வேலை. அதுதானே நானும் சுதுவும் இருக்கிறம். வீட்டை ஆர் பாக்கிறது. இவனை நம்பித்தானே நாங்கள் அங்க இருக்கிறம்?' எண்டு துள்ளினான். அரசியல்துறையில போய்க் கேக்கச் சொன்னான். அங்க போக அவையள் கடிதம் எழுதித் தரச்சொல்ல, எழுதிக் குடுத்தம். ஆனா ஆள் வரேல்லை. தம்பியும் கடிதம் எழுதுவிச்சுக் கொண்டுபோனவன். தானும் கடிதத்தைக் குடுத்துக் கதைச்சு எடுத்துவிடுறன். அவனை நல்லபடியா வளத்துக் குடும்பத்தைப் பாக்கச் சொல்லுங்கோ; எண்டு தம்பி பேசிப் போட்டுப் போனான். பிறகு வரேல்லை. ரெண்டு மாசமாகியும் அப்பனும் வரேல்லை.

"எங்களுக்குச் சரியான கஷ்டம். மாறி மாறி வருத்தம். அப்பாவுக்குத் திரும்பி பக்கவாதம் வந்து படுக்கையில விழுந்திட்டார். ரெண்டு பேரையும் தூக்கிப் பறிச்சுப் பாக்கவே எனக்குப் பொழுது சரி. நிவாரணத்தை நம்பித்தான் பெரும்பகுதி வாழ்க்கை. அதுக்கிடையில நிவாரணத்தையும் அவங்களேதோ யாழ்ப்பாணத்தில இருந்து வந்தவையள் எண்டு சொல்லி நிப்பாட்டினாங்கள். எதிர்த்துப் பெரிய ஊர்வலம் எல்லாம் நடந்திது. வெள்ளைக்காரரிட்டையெல்லாம் மகஜர் குடுபட்டிது. பிறகு, அரசாங்கம் திருப்பித் தந்தாலும் இந்த இடைப்பட்ட காலத்திலதான் வீட்டில மாறிமாறி மலேரியா வந்திது. அந்நேரந்தான் அம்மா மோட்சம் போனவா..."

அவளுக்குத் திருப்பியும் அழுகை வந்தது. மூக்கை உறுஞ்சினாள். நான் இறுகிப் போயிருந்தேன். ஏதோ உறைந்து போனமாதிரி உணர்வு. எனக்கு, அசையவும் முடியவில்லை. வார்த்தையும் வரவில்லை. கதைக்க விரும்பினாலும் வார்த்தை வர மறுத்தது. ஆறுதல் சொல்ல விரும்பினேன். என்னென்று சொல்வது! என்ன வார்த்தையால் சொல்வது! அவள்தான் திருப்பியும் கதைத்தாள்.

"அம்மா செத்த உடன என்ன செய்யிறதெண்டு தெரியேல்லை. அக்கம்பக்கத்துச் சனம் வந்து எட்டிப்பாத்துப் போச்சுதுகள். உறவெண்டு ஆருமில்லை. செத்த வீட்டை என்னண்டு

செய்யிறது? செத்த கவலைய விட, எங்களுக்கு உடம்ப அடக்கம் செய்யிறதுக்கு வழியில்லாமல் இருந்ததை நினைச்சுத்தான் அழுதம். தம்பிக்கு இயக்க முகாமொண்டில போய் தகவல் சொல்லிவிட்டம். அண்டு பின்னேரம் அங்க போனா 'அவர் ஒரு முக்கியமான வேலையில நிக்கிறார். முடிஞ்சா நாளைக்கு மதியத்துக்கிடையில வாறதெண்டும் இல்லாட்டிக்கு உடம்ப அடக்கம் செய்யச் சொல்லியும் தம்பி அறிவிச்சதாய்ச் சொல்லிச்சினம். ஐயரைக் கூப்பிட்டு கிருத்தியம் செய்ய வழியில்லை. சுடலையில கொண்டுபோய் எரிக்கிறதெண்டாலும் ஒரு பெட்டியில்லை. விக்கிறதுக்குக் கழுத்தில காதில ஒரு நகைநட்டு இல்லை, காசு மாற ஒரு இனசனமில்லை.

"போராளிகள் குடும்பக் காப்பகத்தில போய் விசயத்தைச் சொன்னன். அங்க நின்ற பொறுப்பாளர் பார்த்தால் தம்பிமாதிரி இருப்பார். அவர் என்ர கதையைக் கேட்டுட்டு முகம் தொங்க யோசிச்சார். எனக்குச் சொல்ல அவரிட்டப் பதிலில்லை எண்டதக் கண்டன். 'காசு ஒண்டும் வாறதில்லை, எங்கட அரிசி சாமான் வேணுமெண்டா கொஞ்சம் தாறன் அக்கா' எண்டு சொன்னார். அப்ப இயக்கத்துக்கே பெரிய கஷ்டம்தான்; தம்பி சொல்லிறவன்! கத்தரிக்காய்தான் தங்களுக்கு எப்பவும் கறியெண்டு. ஆனால் நாங்களும் ஆரிட்டப் போறது? வீட்டை கிடந்து அழுதம்.

"பிறகு பக்கத்தில 'திருகோணமலைத் தொடர்பகம்' எண்டொரு இயக்க முகாம் இருந்திது. அங்க போய் ஒருக்காக் கேட்டுப் பாப்பம் எண்டு ரவியோட நானும் போனன். அங்க பொறுப்பாளர் நிண்டார். அவரோட கதைச்சன். முதல்ல அவர் தாங்கள் அப்பிடிச் செய்யிறதில்லை, தங்களுக்கு வேற வேலையெண்டும் சொன்னார். எனக்கு அழுகை வந்திட்டிது. பிறகு, அவர் யோசிச்சுப்போட்டு தங்கட வேலைக்கு வாற காசில வாங்கித்தாரம் எண்டு சொல்லி ஒரு பெட்டி வாங்கித் தந்தார். இதைப் பற்றி ஆரோடையும் கதைக்கவேண்டாம் எண்டும் சொன்னார். மத்தியானம் தம்பியும் சுதுவும் வந்தினம்; அப்பன் வரேல்லை. அக்கம்பக்கத்துச் சனங்களோட சுடலைக்குப் பிரேதம் போச்சுது. ஐஞ்சாம் நாள் செலவுக்குக் காப்பகத்தில தந்த கொஞ்ச சாமானில ஒரு கறிசோறு காய்ச்சிப் படைச்சம். "தம்பி அண்டிரவே போய்ற்றான். அப்பனைப் பற்றிக் கேட்டன். கெதியில வருவான் எண்டு சொன்னான். சுது செலவு

வரைக்கும் நிண்டிட்டுப் போனான்.” அவள் நிறுத்தினாள் பிறகவள் பேசாதிருந்தாள். கீழே குனிந்திருந்தாள்.

அவளின் குரல் தணிந்து தணிந்து எனக்கு மட்டுமே கேட்கும் சத்தத்திற்கு வந்துவிட்டிருந்தது. நெஞ்சு கனத்துக்கொண்டிருந்தது. என்னை அறியாமல் பெருமூச்சொன்று விட்டேன். எனக்கது சுகமாயிருந்தது. என்ன எண்ணுகிறேன் என்று தெரியாமல் எங்கோ பார்த்துக்கொண்டு என்னவோ எண்ணினேன்.

அவள் சொன்னாள், “தண்ணி கூடத் தராமல் கதைச்சுக் கொண்டிருக்கிறன். வாறன் தேத்தண்ணி ஊத்திறன்.”

“இல்லை வேண்டாம், பச்சத்தண்ணி தாங்கோ” அவளின் சிரமத்தைத் தவிர்க்க விரும்பினேன். அவள் எழும்பிப் போய் செம்பில் தண்ணீர் கொண்டு வந்தாள்.

“டக்கெண்டு வச்சுக் கொண்டு வாறன்” சொல்லிவிட்டு அந்த அடுப்படிக்குள் திருப்பவும் நுழைந்தாள்.

பிறகும் நான் எங்கோ பார்த்து எதையோ எண்ணிக்கொண்டிருந்தேன். எதையெண்ணினேன் என்றால் குறிப்பாய் அப்படி ஒன்றும் தெரியவில்லை. முகம் கசிந்து கசகச என்றிருந்தது. கொஞ்சநேரம் எழும்பி நின்றேன். சுகுமார் நினைவுக்கு வந்தான். காடும், மழையிரவும், வரிச்சுக் கதிரையும்கூட நினைவுக்கு வந்து போயின. தண்ணியைக் குடித்து முகத்திற்கும் கொஞ்சம் கையில் ஏந்தி எத்தினேன். மனம் கொஞ்சம் இறுக்கம் தளர்ந்ததாய் உணர்ந்தேன்.

அழுக்கான சுவரில் கரிக்கோடுகளின் கிறுக்கல்கள் தெரிந்தன. வாழ்க்கை எங்கெல்லாம் பயணிக்கிறது. தன் விதியை யார்தான் அறிய முடிகிறது. யாரிந்த மனிதர்களுக்கு விதி செய்கிறான். கடவுளா! யுத்தமல்லவா எங்கள் மனிதர்க்கு விதி எழுதிப் போகிறது. விடுதலை அது எப்பவரும். விடுதலையின் நாளெது! எப்போ எங்கள் மனிதர்களின் விதியைத் திருத்தி எழுதுவது. அவள் கையில் தேனீரோடு வந்தாள். அவளது முகத்தைப் பார்க்க என்னவோ செய்தது. வாழ்வின், சூறாவளியில் எஞ்சியிருந்த அந்தத் தனிமரம் மேலும் தன் கதையைச் சொன்னது. அது ஒரு துக்கப் பாடல்.

தாய் இறந்து அந்தியேட்டி முடிந்த அடுத்த சில நாளில் அவளது தகப்பன் மரித்துப் போனார். உலை ஏற்றவே

வக்கற்று இருந்த அந்தக் குடும்பம் தந்தையைப் பாடையேற்ற எங்கே வழிதேடுவது...? அந்தத் திருமலைத் தொடர்பகம் ஒரு மின்மினிப் பூச்சியின் ஒளியாகவேனும் அவர்களுக்குத் தெரிந்தது. ஒரு மாத இடைவெளியில் அவள் மீண்டும் அங்கே போகவேண்டியதாயிற்று. கருணையுள்ளம் கொண்ட அந்தப் பொறுப்பாளர் இரங்கினார். அவளுக்குச் சவப்பெட்டி கிடைத்தது.

தம்பி சுகுமாருக்குக் கொடுத்த அறிவிப்பு பலனளிக்கவில்லை. 'அவர் வரமுடியாத நிலையில் உள்ளார்' என்றும் அடக்கம் செய்யுமாறும் பதில் வந்தது. சுதுவும் அப்பனும் கூடச் சடங்கிற்காக வந்திருந்தார்கள். பெட்டியில் பாடை ஏறியது தகப்பனின் சடலம். அடக்கம் செய்ய முடிந்ததே பெரிய ஆறுதலாய் இருந்தது அவளுக்கு. சுகுமாருக்குச் செய்தி கிடைத்திருந்தும் ஏன் வரவில்லை? இதுதான் அவளது மனதைக் குடையும் மிகப்பெரிய கேள்வியாய் இருந்ததப்போது.

எட்டுச் செலவு வரும்வரை வீட்டில் உலை ஏறவில்லை. அதற்குச் சம்பிரதாயம்தான் காரணம் என்றில்லை. உலை ஏற்ற வீட்டில் எதுவும் இல்லை. சொந்த பந்தம் எதுவும் இல்லை. அதனால் இழவுச் சாப்பாடு எதுவும் யாருமே தரவில்லை. பிரேதம் பாடை ஏறியதும் ஒப்புக்கு வந்த நாலுபேரும் அத்தோடு போனார்கள். குடில் தனிமையிலும் வெறுமையிலும் வதங்கிக் கிடந்தது. எட்டுச் செலவுக்கு ஒரு கறிசோறு ஆக்கிப் படைக்க ஏதோ வகை செய்தார் பெரியண்ணா. நல்ல வேளையாக உறவென்று யாரும் வரமாட்டார்கள் என்று தெரிந்திருந்தது. அவர்களுக்கெல்லாம் ஆக்கிப்போட நாதியில்லை. படையற் சோற்றைப் பங்கிட்டுண்டது அந்தக் குடில்.

அப்பனை வீட்டுக்கு அனுப்பி வைத்தது இயக்கம். இந்தச் சாவின் பரிசாய் அவன் கிடைத்திருக்கக் கூடுமென அக்கா எண்ணினாள். தகப்பனுக்கும் தம் வல்லமை திரட்டி அந்தியேட்டி செய்து முடித்த அந்த வாரத்தின், ஒருநாள் கிராமத்துப் பொறுப்பாளர் இன்னுமிருவருடன் வீடுதேடி வந்தார். அவர் அவர்களுக்காகக் கொண்டு வந்தது முக்கியச் செய்தி. சீனன்குடாவில் சுகுமார் வீரச்சாவு.

அழுவதற்கும்கூட சக்தியற்றிருந்த அக்காவும் அந்தக் குடும்பமும், அந்தக் குடிலும் தம் வல்லமையெல்லாம் திரட்டி அழுதது.

இன்பத்தைத்தான் துய்க்க முடியவில்லை. இந்தத் துயரத்தையாவது துய்க்கவேண்டி அழுவதற்கும் வலிமைகொடாது அந்தக் குடும்பத்திற்கு விதி செய்தது வாழ்வு. ஓங்கிக் கதறியழ இயலவில்லை. துக்கத்தை வெளியேற்ற முடியாது உடலில் தங்க வைக்க வேண்டியதாயிற்று அவர்களுக்கு. போர் வாழ்வெழுதிப் போகிறது.

பெட்டி பற்றியோ சடங்கு பற்றியோ ஏதும் செய்வதற்கு இருக்கவில்லை. அந்தத் திருகோணமலைத் தொடர்பகத்தின் பொறுப்பாளரும் போராளிகளும் வீட்டுக்காரராய் நின்று கருமம் செய்தார்கள். கேக்காமல் இவர்களை இணைத்தது இவர்களின் மாவட்டத்தில் நடந்த இந்தத் தாக்குதல்தான். படம் வைத்து புலிகளின் மரியாதைச் சடங்கு செய்தார்கள். அந்தக் குடிலில் விழுந்த முன்னைய சாவுகளைப் போல் அல்ல இது. பெரும் திரளாய் மக்களும் போராளிகளும் குவிந்திருந்தார்கள் அந்தக் கரும்புலிக்கு வணக்கம் செய்ய. முள்ளியவளை துயிலும் இல்லத்தில் நினைவுக்கல் நட்டார்கள். எல்லாம் முடித்து வீடு திரும்பிய அந்தக் குடும்பம் ஆறுதலுக்கு யாருமற்றுத் தனித்திருந்தது; வாழ்வு தமக்களித்த துயரத்துடனும் வெறுமையுடனும்.

அக்காவுக்கு அந்தக் குடில் பயங்கரமானதாய் இருந்தது. உலையேற்ற முடியாத அந்தப் பாழாய்ப் போன குடில் மாதந்தோறும் ஒவ்வொருத்தராய்ப் பாடையேற்றியது. வாழ்வைப் பயங்கரம் சூழ்ந்துகொண்டது.

சில நாளில் உலையேற்ற வழியிருக்காது. சில நாளில் ஆக்கிய சோற்றை உண்பதற்கு மனமிருக்காது. விதிக்குத் துக்கமும் இல்லை. வெட்கமும் இல்லை.

அக்காவுக்கு, சுகுமார் அடிக்கடி சொல்லும் 'முக்கியமான வேலையாக நிக்கிறன்' என்பது என்னவென்றும், அப்பாவின் செத்த வீட்டுக்கே வராதது ஏனென்றும் இப்போதான் மனதில் உறைத்தது.

சுகுமார் வீரச்சாவடைந்த பொழுது வீடுதேடி வந்த அவனது பொறுப்பாளரும், நண்பர்களும் அவன் இறுதியாய் எழுதிய காகிதம் ஒன்றைக் கொடுத்துவிட்டுப் போனார்கள். கடைசியாய் அவன் எழுதிய வாக்கு அது. அவன் அதில் இட்ட கட்டளைகள் இவைதான்!

நஞ்சுண்ட காடு ✸ 153

'அக்கா, அப்பன் வீடு வந்திருப்பான் என நினைக்கிறேன். அவனை ஒரு பொறுப்புள்ள வழியில் இட்டுச் செல்' மற்றது, 'உனக்கென்றொரு வேலையைத் தேடு' அடுத்தது, 'பெரியக்காவின் மகன் சுரேஸ் படித்து வளர்ந்து தலையெடுத்தால்தான் இனி எங்களது குடும்பத்துக்கு கௌரவமும் எதிர்காலமும் வரும்.' என்பது. இதில் எதைத்தான் அவளால் செய்ய முடிந்தது?

இதையெல்லாம் பற்றி அவள் என்னிடம் ஒப்புவித்துக் கொண்டிருந்தாள். அவளது வாயால் இந்தத் துயர்ப் பாடலைக் கேட்க வேண்டியதாய் என்னை இழுத்து வந்தது எது? ஏன் இழுத்து வந்தது. இறுகிய நெஞ்சை பெருமூச்சு விட்டுத் தளர்த்தினேன்.

வானம் இருண்டு வந்தது. எப்படி விடைபெறுவதென்று வழி தெரியாது அல்லது விட்டுப் போக மனமின்றி நான் தவித்தேன். அவள் எழுந்துபோய் விளக்கோடு வந்தாள். விளக்கை வைத்துவிட்டு அவள் இருந்துகொண்டதில் அவள் இன்னும் ஏதோ கதைக்க விரும்புகிறாள் என்றுபட்டது. அவள் பிறகும் கதைத்தாள்.

"தம்பியின்ர வீரச்சாவு நடந்து பதினைஞ்சாம் நாள் சுரேசுக்கு மலேரியா காய்ச்சல் வந்தது. ஏற்கனவே பல தடவை காய்ச்சல் வந்த உடம்பு. ஆஸ்பத்திரியில போய் மருந்தெடுத்தம். மருந்துக்குப் பிள்ளையின்ர உடம்பு தாங்க மாட்டனென்டிட்டு. ஆன சாப்பாடு இல்லை. ஒரு இளனீரே இருபது ரூபா வித்திச்சு. பிள்ளை அண்ணியின்ர மடியிலயும் என்ர மடியிலயும் படுத்துக் கிடந்தான். எழும்ப விடேல்லை. மூண்டாம் நாள் மூளை மாறாட்டம் மாதிரி கத்தத் தொடங்கீற்றான். நாங்கள் சரியாப் பயந்து போனம். ஆஸ்பத்திரிக்குக் கொண்டோடினம். குளிசை தந்தவையள். 'ஒண்டும் பயப்படத் தேவையில்லை. நல்ல சத்தான சாப்பாடு குடுங்கோ' எண்டு சொல்லிச்சினம். அடுத்த நாளிரவு பிள்ளைக்கு வலிப்பு மாதிரி வந்திட்டிது. கொண்டோடினா அங்க டொக்டர் பாத்திட்டு 'உயிர் பிரிஞ்சிட்டு' எண்டு சொல்லிட்டார்."

அவள் முகம்பொத்தி விக்கி விக்கி அழுதாள். அந்த விளக்கின் வெளிச்சத்தில் அவள் அழுத கோலம் ஒரு துக்கச் சித்திரமாய் என் மனதில் இறங்கியது. என் நெஞ்சை இறுக்கி தொண்டைகட்டி ஏதோவெல்லாம் செய்தது அந்தச் சூழல்.

போர் வாழ்வில் நான் இத்தனை தூரம் இம்சிக்கப்பட்டதில்லை, அவள் அழுதழுது பிறகும் கதைத்தாள்.

"பிள்ளை சாகேக்கை பன்னிரண்டு வயசு. எலும்பும் தோலுமாய் இருந்தான். நாங்கள் என்னதான் செய்யேலும். திருகோணமலைத் தொடர்பகப் பொறுப்பாளரிட்டைத்தான் திரும்பவும் போனம். நான் போய் மூண்டாவது தடவையும் சவப்பெட்டி கேக்க அவர் கலங்கிப் போனார். அவர் உடனேயே வீட்டை வந்திட்டார். பெட்டி எடுத்து சாவீடு செஞ்சு முடிச்சதெல்லாம் அவையள்தான். நான் அந்த முகாமுக்கு இந்தமுறை சங்கடமில்லாமல் போனன். தம்பியின்ர வீரச்சாவோட அவர் வந்து வீட்ட பழகியிருந்தார். தம்பியின்ர அந்தியேட்டிக்கு முன்னமே திருப்பியும் சாவீடு. விதியை எங்களால என்னதான் செய்யேலும்?

"செலவுக்கு அரிசி, காய்கறி எல்லாம் அவையள்தான் கொண்டுவந்து தந்தவை. தாங்களும் வந்து நிண்டினம். செலவு செய்து முடிச்சம். பிறகு தம்பியின்ர அந்தியேட்டி செய்து முடிச்சம். அந்தக் கொட்டில்ல இருக்க எனக்குப் பயமாயிருந்திது. ஒரு மாசத்துக்கொருக்கா நடந்த சாவீடு இப்ப பதினைஞ்சு நாளில இழவு விழுந்ததா மாறிச்சு. எனக்கு மெய்யா பயமாயிருந்திது. வீடு பொருந்தேல்லை, மாற வேணுமெண்டு அக்கம் பக்கத்தில சொல்லிச்சினம். எங்கதான் மாறிறது?"

அவள் வாழ்ந்த அந்தக் கொட்டில் என் நினைவுகளில் விரிந்து எனக்கே அச்சமூட்டியது. அது இருள் மண்டி வெறுமை தோய்ந்து கிடந்தது. அதன் நிசப்தம் சிறு ஒலியையும் பேரொலியாக ஆக்கியது. கோயில் மணியும் பீதி எழுப்புவதாய்க் கேட்டது. அவள் தொடர்ந்தும் சொன்னாள்.

"அப்பன் வந்து சந்தைக் கடை ஒன்றில கொஞ்ச நாள் வேலை செய்தான். அவன் தன்னிலதான் கூடின கவனம். அப்பயிப்ப காசு கொஞ்சம் தருவான். அவன் தோளுக்கு மேல வளந்திட்டான். நாங்கள் சொல்லிக் கட்டுப்படுத்த ஏலுமோ? உழைக்கத் தொடங்கினோடன அவன் இன்னும் நல்லா மாறிற்ரான். இயக்கம் அனுப்பி வச்சு ஐஞ்சாம் மாசமே அவன் ஒரு பெட்டையக் கூட்டிக்கொண்டோடி கலியாணம் செய்திட்டான்.

"வள்ளிபுனத்திலதான் எங்கயோ அந்தப் பெட்டை வீடு இருந்திது. அவையின்ர தாய் தகப்பன் பிறகு கூப்பிட்டு அங்க வச்சிருந்தினம். அவன் வீட்டை வாறது குறைவு. எப்பையேனும் இருந்திட்டு வருவான். ஆர் கேக்கிறது. என்ன செய்யிறது. வீட்டில ஒரு பொறுப்பான ஆள் இருந்தாத்தானே குடும்பம் சீர்ப்படும். வாற நேரத்தில ஐம்பது ரூபா தருவான். நான் ஒண்டும் கதைக்கிறேல்ல.

"சில மாசத்தில அவன்ர குடும்பத்துக்கயும் ஏதோ பிரச்சினையாம். அப்பன் வேலைக்குப் போற நேரம் பெட்டைக்கு வேற ஆரோடையோ தொடுப்பாம். கனகாலமா நடந்திருக்கு. தாய் தகப்பன்தான் கூட்டி விட்டவையாம். அக்கம்பக்கத்தில எல்லாச் சனமும் கதைச்சு ஊர் முழுக்கத் தெரியும். அப்பன்ர காதுக்கும் செய்தி கிடைச்சிருக்கு. அவன் ஒரு நாள் இடைநேரம் பாத்துப் போய் நடந்ததை நேர கண்டிட்டான். பேசாமல் போனவன் திரும்பி வரேல்லையாம். வள்ளிபுனத்தில அக்கம் பக்கத்து சனம்தான் இதை எனக்குச் சொல்லிச்சுதுகள். போனவன் போனது தான்."

அவள் மூச்சை இழுத்துவிட்டு தலையைக் குனிந்தாள். நிலத்தைப் பார்த்தவாறு பேசினாள். "எல்லைப் படைக்கென்று முன்னரங்கக் காவல் கடமைக்குப் போன இடத்தில அங்கயிருந்து பழைய கைக்குண்டைக் கொண்டுவந்து மனுசி வீட்டில வெடிக்க வைச்சிட்டானாம். மனுசியும் தாய்க்காரியும் செத்துட்டுதுகள். காவல்துறை குற்றப்புலனாய்வுப் பிரிவு விசாரிச்சு இவன்தான் கொன்றது எண்டதைக் கண்டுபிடிச்சிட்டாங்கள். மந்துவில் பகுதியில வைச்சு இவனக் கைதுசெய்து நீதிமன்றத்திற்குக் கொண்டு போச்சினம் கொலைக் குற்றத்திற்கு." அவள் மேலே கதைக்காமல் விக்கி அழத் தொடங்கினாள். நீண்ட நேரமாய் அழுதாள்.

நான் என்ன செய்வதென்று தெரியாமல் தவித்தேன். ஆறுதலளிக்க வார்த்தைகளில்லை; வழியுமில்லை. எதற்கும் ஆறுதலடையக் கூடிய நிலையில் அவளுமில்லை. ஒரு மனிசன் கேட்க முடியாத கதையை நான் கேட்க நேர்ந்தது. அடிவயிற்றைப் பிசைந்தது. வயிற்றை வலித்தது. வரலாறு இவளுக்கு ஏன் இப்படியொரு வாழ்வை அளித்தது. கேட்கச் சகிக்காத அந்த வாழ்வின் கதையே அந்தப் பருவப் பெண்ணுக்கு வாழக் கிடைத்திருந்தது.

"நாங்கள் ஊருக்கு வந்தம். அந்தக் கொட்டில்ல இருக்க எங்களால ஏலாமப் போச்சு." நிமிர்ந்து சொல்லிவிட்டு அவள் திருப்பியும் அழுதாள். வார்த்தைகள் சக்தியற்று என் முன்னே வந்து விழுகின்றன.

"தம்பி இருந்திருந்தால் இப்பிடியெல்லாம் நடந்திருக்காது. குடும்பத்தில பொறுப்பான ஆளில்லாட்டி அந்தக் குடும்பம் வழிப்படாது. ஆனால் தம்பியை நான் வரச்சொல்லிக் கேட்டதில்லை. அவன் என்ன செய்தாலும் சரியாத்தான் செய்வான். நியாயம் அறிஞ்சுதான் எதையும் செய்வான். ம்ம்... எல்லாத்துக்கும் விலையிருக்கு... விடுதலை கிடைச்சா..." விட்டுவிட்டு வந்த வார்த்தைகளின் முடிவில் அவள் திரும்பவும் திரும்பவும் அழுதாள்.

அவளை அதிலிருந்து விடுவிக்க எனக்கு ஒரேயொரு மார்க்கம்தான் தெரிந்தது. நான் கட்டுண்டு போயிருந்த அந்த உணர்வின் வீச்செல்லைக்குள் இருந்து என்னை எடுத்தெறிந்து வெளியேறுவதுதான் அது. அதொன்றுதான் வழி. என் வசம் அதைவிட வேறு மார்க்கமேயில்லை.

நான் கைக்கடிகாரத்தைத் திருப்பிப் பார்த்தேன். அப்பிடிச் செய்தேனே தவிர நான் நேரம் பார்க்கவில்லை.

"நான் வெளிக்கிட வேணுமக்கா. இன்னொரு நாளைக்கு வாறன்." இப்படிச் சொன்னேன். இப்படிச் சொன்னேனே தவிர, இன்னொரு நாள் அவளைச் சந்திக்கும் துணிவு எனக்கு இருக்கவில்லை.

அவள் முகத்தைத் துடைத்துக்கொண்டு எழுந்தாள். "ஓமோம் நல்லா மினக்கெட்டுப் போனியள்."

நான் எழும்பினேன். கால்கள் வலித்தன. கைகள் உழைந்தன. "நான் போயிற்று வரப்போறன்" என்று சொல்லிவிட்டு நடந்தேன். அந்த விளக்கின் ஒளியில் சுவர் தெரிந்தது. கண்ணுக்குத் தெரியாவிட்டாலும் மனதில் அந்தக் கரிய கோடுகளின் கிறுக்கல்கள் நினைவுக்கு வந்துபோயின. 'என் விதி அப்போதே தெரிந்திருந்தாலே...' அந்த இடத்தில் நிற்க முடியாமல் நான் சயிக்கிலை எடுத்துக்கொண்டு வெளிக்கிட்டேன்.

மிதமாக நிலவு காய்ந்தது. ஏதோ நினைவெழுந்து மனதைக் குத்தியது. வானத்தைப் பார்க்க நான் ஏனோ அஞ்சினேன். ஒருவேளை இன்று அந்த ஏணைப்பிறை தெரியக்கூடும். அது எப்பொழுதும் வானத்திலேயே இருக்கிறது.

அன்றிரவு முகாமில் என் நித்திரையை நினைவுகள் தின்றன. சாமக்கோழி கூவியும் நான் விழிப்புடனேயேயிருந்தேன். படுக்கை உறுத்தியது. கேள்விகள் எழுந்து நர்த்தனம் ஆடின. சமைக்கும் விடைகளில் திருப்தியுறாக் கேள்விகள். விடைக்கு முயலும்தோறும் விடைகளிலிருந்து நூறுதலை நாகமாகப் பல்கிப் பெருகும் கேள்விகள். சர்ப்ப விசமாக என்னைத் தீண்டத் துரத்தும் கேள்விகள். யன்னலுக்கு வெளியே நட்சத்திரங்களுடன் சேர்ந்து நிலவு காய்கிறது. நிலவின் ஒளியில் நனைந்த பெருவிருட்சங்களின் நிழல்கள் பேயுருவென என் முற்றத்தில் அசைந்து அச்சமூட்டு கின்றன. ஒளியை விழுங்கிய விருட்சங்களின் நிழல்கள் சமயங்களில் என் யன்னல் ஓரங்களைத் தீண்டிப்போகின்றது. ஈற்றில் முடியாமல் நானொரு முடிவுக்கு வந்தேன்.

தலைவருக்கு ஒரு கடிதம் எழுதினேன். இரண்டு பக்கத்தில் அமைந்தது அந்தக் கடிதம். அதில் மேற்படி விடயத்தின் சாரம் அடங்கியிருந்தது. நம்பிக்கை பிறந்தது. ஒட்டி உறையிலிட்டேன். மனத்தை அழுத்திய பளு கரைந்து போனதாய் ஓர் உணர்வு. இப்போது மூச்சு மிதமாகப் போய்வருகிறது. நாளை இந்தக் கடிதத்தை நான் அனுப்புவேன்.

வந்து படுத்தேன். அக்கா நினைவுக்கு வந்தாள். மெல்லிசு அல்லாத உடம்பு, சுமாரான உயரம், பொதுநிறம் இல்லாத கறுப்பு, பருவத்துக்கு மீறிச் சுருங்கித் தொய்ந்த முகத் தசைகள், நெற்றியில் கோடுகள். ஒவ்வொரு உணர்வுக்கும் அப்பட்டமாய் மாறுகிறது முகக் கோடு. ஒளியற்ற கண்கள். அட! பிரித்திழுத்த உச்சியின் நடுவிலிருந்து நரைமுடிகள் வேறு மேல்நோக்கிப் போகிறதே.

இரண்டாம் சாமமும் சேவல் கூவிற்று. மறுமுறை சேவல் கூவவும் பொழுது விடியத் தொடங்கிவிடும். நான் இன்னமும் விழிப்புடன் இருக்கின்றேன்.

❋❋❋

முதற்பதிப்பு
முன்னுரை

அறிய மனமுள்ள அனைவரிற்கும் 'ஏணைப்பிறை'யை அறிமுகம் செய்கின்றோம். இதில் பெரும் மனநிறைவும் அடைகின்றோம். புவி ஏதோவொரு அச்சில் சுழல்வதாகச் சொல்கின்றார்கள். இந்த மனிதகுலம் எந்த அச்சில் சுழல்கின்றது? ஏணைப்பிறையில் விடையுள்ளது. ஏணைப்பிறையை யாரும் வாசிக்க முடியாது. அதற்குள் வாழத்தான் முடியும். வாழத் துடிக்கின்ற, ஆனால் வாழமுடியாத, ஆனாலும் வாழ முயல்கின்ற மக்கள் கதைதான் இது. ஒவ்வொரு காலகட்டத்தின் முடிவும் இன்னொன்றின் தொடக்கமும் ஏதோ ஒரு விடுதலையை நோக்கிய போராட்டத்தின் விளைவே. ஒவ்வொரு விடுதலைப் போராட்டமும் உலகிற்களித்த கொடை என்றுமே உயிர்வாழும் இலக்கியங்கள் தான். இவ்விலக்கியங்களுள் என்றுமே உயிர்வாழும் மனிதர்களைத்தான். அவ்விலக்கியங்களுள் முற்றிலும் இருள் சூழ்ந்து பாதைகள் யாவும் மூடுண்ட நிலையிலும் வதைபட்டும், குருதி சிந்தியும், தாக்குப் பிடித்தும் நம்பிக்கை எனும் நாள்களில் மக்கள் வாழ்கின்றார்கள். சோவியத், சீன, வியட்நாமிய, லத்தீன் அமெரிக்க, ஆப்பிரிக்க, பாலத்தீன மக்களின் இலக்கிய வரிசையில் இறுதியாகச் சேர்வது ஈழ விடுதலைப் போராட்ட இலக்கியங்கள். இதிலும் இப்போது இணைவது ஏணைப்பிறை.

எதனையும் எதனோடும் ஒப்பிடமுடியாது. ஏனென்றால் அதுவது அதற்குரிய சிறப்பியல்போடு இருக்கும். ஆனால், எம்மால் ஒப்பிடாமலும் அளவுகோல் இல்லாமலும் வாழமுடியாது. ஏணைப்பிறையில் பக்கம் 82இல் வருவதுபோல "வாழ்க்கையில் அதுவொரு போலி ஆனால் வாழ்க்கைக்குத் தேவையான போலியாக அது இருக்கு" உலகிலுள்ள அனைத்து விடுதலைப் போராளிகளுக்கும், அவ்வாறு மாற முடியாத போராளி உணர்வுள்ளவர்களுக்கும்

நிச்சயமாக ஒரு பொதுத்தன்மை இருக்கும். அவர்கள் நிச்சயமாக மக்சிம் கோர்க்கியின் 'தாயை' வாசித்திருப்பார்கள். வாசித்தவர் மனதிலே பாவெல்லும் அவனது தாயும் என்றும் இடம்பிடித்திருப்பார்கள். ஏணைப்பிறையை வாசித்தபின் சுகுமாரும் பெயர் அறியப்படாத அவனது அக்காவும் இடம்பிடித்துக்கொள்வார்கள். தாயிலும் (தாயின் பெயர் சரிவரத் தெரியாது) பொறுப்பற்ற குடிகாரத் தந்தை, ஏணைப்பிறையிலும் அவ்வாறே. ஆனால் இங்கு தாய்க்குப் பதில் அக்கா. ஏணைப்பிறையில் ஒரு கட்டத்தில் அம்மா செயலற்றுப் போகின்றார். அக்காவே எல்லாச் சுமைகளையும் சுமக்கின்றார். ('அம்மாவிற்கு இரண்டு காலும் இழுத்திற்று. நாரிக்குக் கீழே உணர்வில்லை' பக்கம் 123) தாயில் தாய்க்கும் மகனுக்குமான உறவே அடிநாதமாகப் பரவுகின்றது. இங்கு சுகுமாருக்கும் அக்காவிற்குமான உறவு.

வதைக்கப்படுவதனால் விடுதலை வேண்டிப் போராடும் அனைத்து மக்களும் போராட்டத்தின்பொழுது பெரிதும் வதைக்கப்படுகின்றார்கள். அக்கொடிய வதையும் அதிலிருந்து பிறக்கும் ஓர்மமும் மானிடத்தின் உயரிய பண்புகளாகக் கற்பனையே செய்யமுடியாத சாதனைகளாகின்றன. இதுவே முதல் விடுதலைப் போராட்டமாகக் கருதப்படும் ஸ்பாட்டகசின் அடிமைகள் எழுச்சியிலிருந்து பிரான்சியப் புரட்சிவழி தொடர்ந்து ருஸ்ய, சீனப் புரட்சிகள், வியட்நாமிய, கியூபா விடுதலைகள் வழி உலகறிந்தது. இதற்கு ஈழ விடுதலைப் போராட்டமும் விதிவிலக்கல்ல. ஆனாலும் இங்கே ஒரு பெருத்த வேறுபாடு உள்ளது. இதுவே பிறர் இன்று புரியவேண்டியது. இவ்விடுதலைப் போராட்டத்தின் ஆன்மா அதுவே. ஆயினும் அதுவே பலருக்கு வியப்பூட்டும், அதிர்ச்சிதரும் புரிய முடியாத மர்மம். இதைப் புரிய வைப்பதே ஈழவிடுதலைப் போராட்ட இலக்கியங்கள் வழி இன்று பிறப்பெடுத்திருக்கும் போரிலக்கியங்களின் இலக்கு. இதனை உணர ஒரு பின்னோக்கிய வரலாற்றுப் பயணத்தினை நீங்கள் மேற்கொள்ள வேண்டும். அப்போதுதான் தமிழினம் பட்ட அவமானத்திலும் கடைநிலை அவமானத்தின் தாக்கத்தினை எவராலும் புரியமுடியும். ஏனெனில் இன்றைய வீரம் செறிந்த ஈழத் தேசிய விடுதலைப் போராட்டம் இவ்வரலாற்றின்

விளைபொருளே. சுயம்புவாகவே தோன்றி சுயம்புவாகவே நகரும் போராட்டம் இது.

ஆங்கிலேயர் ஆண்டபொழுது (1789 - 1948) 1833இல் தமிழ்த் தாயகத்தையே முற்றாக இழந்த ஈழத் தமிழினம் 1930இன் பின் படிப்படியாகத் தாய் நிலத்தையே இழக்கத் தொடங்கியது. 1948இல் சுதந்திரம் என்கின்ற பெயரில் சிங்களவர்கள் பெற்ற உரிமைகளைப் பெறாமலே இழக்கத் தொடங்கியது. 1956 முதல் இனக்கொலை நிகழ்வின்பின் உடமை, உறவு, உயிர் என எல்லாவற்றையும் இழக்கத் தொடங்கியது. எனவே இவற்றிற்கெதிராகத் (ஆங்கிலேயர் காலத்தில் காந்தி காட்டிய காங்கிரசு வழியில் சிங்களவர்களுக்கும் சேர்த்து சுயராச்சியம் வேண்டிய) தமிழினம் 1948இன் பின் இணைந்து வாழ இணைப்பாட்சி வேண்டியது. ஆனால் சிங்களமோ பிரிந்துபோவென அரசியல், பொருண்மிய இராணுவ அடக்குமுறைகளை வேண்டியபொழுது பொறுக்கமுடியாத நிலையில் 1970வரை மென்முறை வழியிலே போராடிய தமிழினம், தனக்கெதிராக நீட்டப்பட்ட ஆயுதங்களுக்கு எதிராக ஆயுதம் தாங்கிப் போராட பாரிய முடிவினை எவரையும் வேண்டி நிற்காமல் தானே எடுத்தது.

எனவே இயல்பாகவே ஈழத் தமிழிலக்கியப் போக்கும் பாரிய மாற்றம் கண்டது. இம்மாற்றம் ஏற்பட்ட முறைமை கூர்ந்து நோக்கப்படவேண்டியது. எனவே 1950களில் புதிய பாய்ச்சலை நிகழ்த்த முற்பட்ட முற்போக்கு இலக்கிய இயக்கம் (மாக்சியச் சித்தாந்த அடிப்படையிலான புதிய சமூக முறைமையினை இலங்கை முழுவதும் உருவாக்க விரும்பியோரின் இலக்கிய இயக்கம்) பெரும் பின்னடைவு காண நேரிட்டது. வரலாற்றில் தவிர்க்கமுடியாத மாற்றம் இது. இலங்கைத் தேசியத்தின் வீழ்ச்சி தமிழ்தேசியத்தின் எழுச்சி, சிங்கள முற்போக்காளரின் அதிபிற்போக்குவாத நிலை என்கின்ற இரு காரணங்கள் இலக்கியப் பாங்கினை முற்றாக மாற்றியமைத்தன. எனினும் இக்காலகட்ட முற்போக்கு எழுத்தாளர்களை ஈழத் தமிழிலக்கியம் தனது முன்னோடிகளாகப் பதிவுசெய்து வைத்துள்ளது. அதேவேளை 1960களிலேயே இந்நிலைமைகளைத் தம் பட்டறிவால் உணர்ந்து இலக்கியப் போக்கிலே இம்மாற்றத்தினை நிகழ்த்திய முன்னோடிப் படைப்பாளிகள் இன்றைய ஈழத்துப்

போராட்டப் - போரிலக்கியத்தின் முன்னோடிகள் ஆவர். 1950களின் பிற்பகுதிகளிலே புதிய நிலைப்பாடொன்றை முன்வைத்த மு.தளயசிங்கம் எழுதிய நாவலான ஒரு தனிவீடு, தமிழன் கனவினை எழுதிய காசி ஆனந்தன், 'வெளியார் வருகை' என 1968இல் நெடுங்கவிதை எழுதிய சண்முகம் சிவலிங்கம், சிறுகதை ஆசிரியர்களான பிரான்சிஸ் சேவியர், அண்மையில் காலமான வரதர், அ.செ.முருகானந்தன், வ.அ.இராசரத்தினம் போன்றோரோடு முருகையன், வில்வரத்தினம், சேரன், ஜெயபாலன், கே.ஆர்.டேவிட், சாந்தன், சோ.பத்மநாதன், புதுவை இரத்தினதுரை, அ.யேசுராசா, எம்.ஏ.நுஃமான் எனத் தொடரும் இவ்வரிசை ஆரோக்கியமான தடத்தில் கவிதை, புனைகதைத் துறையில் இப்பொழுது பயணிக்கின்றது. (பட்டியல்கள் பூரணமானவையல்ல, வெறும் குறியீட்டுக்காகவே. பட்டியல்களை ஒருபோதும் எப்போதும் எவராலும் பூரணப்படுத்த முடியாதவை)

எனவே இவ்வாறாக 1970களின் பின்னான இம்மாற்றம் 1983 யூலை இன அழிப்பின் பின் மிகத் தெளிவான பிரிகோட்டை உருவாக்கியது. தாமும் தமது சந்ததியும், சந்ததி சந்ததியாகப் பட்ட கொடும் வடு, சுமந்த அவமானப் பளு, அனைத்தையும் நீக்க இளைய தலைமுறை தீர்க்கமான முடிவெடுத்தது. இம் முடிவின் பின்னான வரலாற்றின் இலக்கியத் தொகுப்பே இன்றைய ஈழப் போராட்ட - போரிலக்கியம். எனவே இப்போது போராளிகளே படைப்பாளிகள் ஆகினர். தமது கதையைத் தாமே எழுதினர். இது இவ்வாறுதான் தொடங்கியது. இப்போது ஏணைப்பிறையிலும் அது நிகழ்கின்றது.

வழிகாட்ட, துணைநிற்க, எவருமற்றும் எதுவித ஆயத்தமற்றும் கையில் எதுவுமற்ற நிலையிலும் தமிழீழத்தாயின் புதல்வர்கள் போருக்குக் கிளம்பினர். எவருமற்ற வெளிகளிலே அலைந்தனர். அருகில் அணைந்து படுத்துக்கிடந்த பிள்ளைகளைக் காணாமல் தாய்மார்கள் ஓவென அலறினர். வயிற்றிலே நெருப்பைக் கட்டியதுபோல் பதறினர். இவ்வாறாகத்தான் ஈழவிடுதலைப் போராட்டம் ஆரம்பித்தது. இவ்வரலாறு மிக அற்புதமாகப் பதியப்பட்ட கதைதான் ரஞ்சகுமாரின் கோசலை. உலக இலக்கியங்களுள் சேர்த்துவைத்துப் பார்க்கப்படவேண்டிய சிறுகதை இது. தமிழ்த்தாயினதும் அவளது புதல்வர்களினதும் விசும்பல், அலைதல், படுகாயமுற்று அவயம் இழந்து

குற்றுயிராதல், மண்டையோடுகள் சிதறிக்கிடத்தல், பயிற்சிக்காகக் கண்காணாத தேசம் போதல், பிரிவுத்துயர், அலைந்துழலல், போராட்ட ஓர்மம் கோசலையின் வரிகளின் வழி காணலாம். சிறுவயதில் இருளைக் கண்டு பயந்து அம்மாக்கள் பக்கத்திலே ஒட்டியபடி படுத்திருந்த புதல்வர்கள் யாருமற்ற வயல்வெளிகளிலே பிசாசுகளும் உலாவத் தயங்கும் நடுநிசி வேளைகளிலே இவ்வாறு திரிய எவ்வாறு பழகினர்? இந்தப் பயங்கரச் சத்தங்களை எவ்வாறு தாங்குகின்றனர்? இந்த ஆபத்துகளை எவ்வாறு விருப்புடன் ஏற்றுக்கொள்கின்றனர்? இவ்வளவு வேகத்தையும் பெரும் சினத்தையும் இவர்களில் விதைத்தது யார்?

1970, 1980களின் பின்னே கோசலையில் தாயின் குரல் ஒலித்ததுபோல "என்ர பிள்ளைகள் எங்கே?" என்ற குரல் தமிழ்த் தேசம் முழுவதும் ஒலித்தது. கோசலைக்குப் பிறகு ரஞ்சகுமாரால் எழுதவே முடியவில்லை என்றே நினைக்கத்தோன்றுகின்றது. 1983களிற்குப் பின்னான மாற்றங்களை அவர் பதிவாக்கினார். 1989இல் கோசலை அடங்கிய மோகவாசல் தொகுப்பு வெளிவந்தது.

இவ்வாறாக அன்னை மடியின் இதமான சூட்டில் இருந்து விலகியவர்கள் என்னவானார்கள்? எங்கு போனார்கள்? என்ன செய்தார்கள்? என்ன எண்ணினார்கள்? எவ்வாறு கொடிய தனிமை நிரம்பிய எவ்வித முற்பட்டறிவுமற்ற வாழ்விற்கு முகங்கொடுத்தார்கள். இவ்விலக்கியப் பதிவுகளே தமிழ்கூறும் நல்லுலகிற்குப் புத்தம்புதிய வரவாக, போரிலக்கியமாக விரிகின்றது. இதுவரை எழுதியவர்களைவிட, எழுதப்பட்டதைவிட இவை வேறுபட்டவை. போராட்டத்தின் 'மறுபக்கம்' 'இன்னொரு முகம்' 'முழுமையொன்றின் இன்னொரு பகுதி' ஏனென்றால் இவை போருக்குள் இருந்து போர் செய்தவர்களால் போர் செய்யப்படும்பொழுது எழுதப்பட்டவை; எழுதப்படுகின்றவை. கோசலை பற்றிக் குறிப்பிடும்பொழுது பேராசிரியர் சிவத்தம்பி "தமிழ்ப் புனைகதை வரலாற்றில் ஒரு புதிய அத்தியாயம் பிறந்தது" என்றார். இப்பொழுது கவியழகனின் ஏணைப்பிறையும் இன்னொரு புதிய அத்தியாயம்தான். ஆயினும் ரஞ்சகுமாருக்கும் கவியழகனுக்கும் இடையில் நடந்தவை மிக

முக்கியமானவை (ஏணைப்பிறை இரண்டு வருடங்களுக்கு முன் எழுதப்பட்டு எழுத்துப் படியாக சிலகாலம் தவம் இருந்தது.)

பொதுவில் இப்போர்க் காண்டத்தின் தொடக்கநிலையாக சுபாஸ் (முன்னாள் போராளி தா.பாலகணேசன்) எழுதிய கொக்குளாய் படைமுகாம் தாக்குதல் பற்றிய கதையான 'விடிவிற்கு முந்திய மரணங்கள்' என்கிற குறுநாவல் கருதப்படுகின்றது. எனினும் அதிகம் வாசிக்கப்பட்ட நூலாக கப்டன் மலரவன் (23.11.1992இல் இன்னொரு தாக்குதலில் இவர் வீரச்சாவடைந்தார்) எழுதிய நெடுங்கதையான (100 பக்கங்களுக்கு மேல்) போருலா உள்ளது. வனத்தின் வனப்பும் வனத்திடை வாழ்வுமாக ஒரு பயணக்குறிப்பாக மணலாறு எனும் இடத்திலிருந்து மாங்குளம் சென்று அங்கிருந்த படைமுகாமைத் தாக்கியழித்த கதை அற்புதமாகப் பதியப்பட்டு ஒரு புதிய போரிலக்கிய வரவின் குறிகாட்டியானது. இதனைத் தொடர்ந்து பலவாக இல்லாவிட்டாலும் சிலவாக இலக்கியங்கள் வெளிவரத்தொடங்கின. இதேவேளை 1985இல் கோவிந்தன் (இவரும் ஓர் இயக்கத்தின் போராளியே) எழுதிய 'புதியதோர் உலகம்' விடுதலைப் போரின் மற்ற முகத்தினைப் பயிற்சிபெறத் தமிழகம் சென்று பரிதவித்தோர் துயரக் கதையைப் (இயக்கம் ஒன்றின் உள் முரண்பாடுகளை) பதிவுசெய்கின்றது. ஈழத்தமிழ்ப் போராட்ட இலக்கியத்தில் இவ்வாறாக எதிர்மறையில் முரண்பாடுகளின் உள்முகத்தைப் போரின் மறுபக்கமாக வேறு கோணத்தில் தமது மனநிலைக்கேற்ப விபரிக்கும் இலக்கியத் தரமுள்ள சிறுகதை நெடுங்கதைகளும் தோன்றி பரவலான வாசிப்புத் தளத்தினைப் பெற்றன. மலரவனின் பின் பல கதைசொல்லும் போராளிகள் தோன்றினர். தூயவன், மலைமகள், தமிழ்க்கவி எனச் சிலரைக் குறிப்பிடலாம். தூயவன் ஒரு மருத்துவப் போராளி. இதனால் இவரது ஆக்கங்கள் போரின் மருத்துவப் பக்கத்தையும் இராணுவ நுட்பங்களையும் கதையாகச் சுவைபட விபரிக்கும் விதமாக அமைந்தன. பெரும் விமானப் படைத் தளமொன்றில் எவ்விதம் தற்கொடைப் போராளிகளால் வேவுப் புலிகள் உதவியோடு தாக்குதல் நடத்தப்பட்டது என்கிற உண்மைக் கதை 'இன்னொரு போர் முகம்' ஆனது. இவ்விதமாக மலைமகள், தமிழ்க்கவி போன்றோர் பெண்புலிகள் போரின் நடுவே நின்று போர்செய்த கதை, சமூகத்திரையைக்

கிழித்துக்கொண்டு வெளிவந்த விதம் எல்லாவற்றையும் உயிரோட்டமாக எழுதுகின்றனர். மலைமகளின் சொற்செட்டும் அது சிக்கனமாகக் கட்டமைக்கப்படும் விதமும் அவரை ஒரு தரமான சிறுகதை ஆக்கியாக உள்ளது. முன்னர் போராளியாக இருந்து எழுதத் தொடங்கிய யோ.கர்ணனின் வளர்ச்சி வியக்கத்தக்கது. இவ்வாறாக இக்கதை நீளும்.

இப்பின்னணியில்தான் இப்போது கவியழகன் வருகை தருகின்றார். 'ஏணைப்பிறை' இவரது முதல் ஆக்கமென்றால் எவரும் நம்பார். பல காலமாக எழுதியவர்போல வெகு இயல்பாகத் தங்குதடையின்றி தனது தனித்த 'அடையாளங்களை'க் கதையெங்கும் தூவி ஏணைப்பிறையை ஆக்கியுள்ளார். ஏணைப்பிறை என்கிற தலைப்பே மிக வித்தியாசமானது. பயிற்சி முகாம் இருந்த காட்டின் நடுவே ஒரு பக்கமாக இருந்து வரிச்சுத் தடியில் (மரத்தடிகளால் செய்யப்பட்ட இருக்கை) இருந்து சுகுமாரும் எழுத்தரும் கதைப்பன மிக ஆழமான மன விசாரங்களைக் கொண்டவை. "இங்கிருந்து பார்க்கும்பொழுது வானத்தில் நிலா குழந்தையின் ஏணையைப் போலத் தெரிகின்றது. எல்லோரையும் தாலாட்ட வானம் ஏணைகட்டி வைத்திருக்கின்றது. வானத்தில் நிலவு ஏணைபோலத் தெரியுது. இதில் ஏறிப் படுத்துத் தூங்க எத்தனை பேருக்குத் தெரியும்?" என வினா எழுப்புகின்றார்.

மிக இளைய வயதிலேயே முதிர்ச்சியான மனமொன்றைக் கவியழகன் பெற்றிருக்கின்றார். பிறர் அனுபவங்களை, அவர்கள் குணவியல்புகளை, நடையுடை பாவனைகளை ஒரு பகுத்தாய்வு செய்யும் ஒரு பகுப்பாளனாகப் பயிற்சி முகாமில் இருந்த போராளிகளை, அதன் பொறுப்பாளர்களை வருணிக்கும், மெல்லிய நகைப்புடன் அவர் விபரிக்கும் பாங்கு மிக நேர்த்தியாக உள்ளது. அதேவேளை எத்தகைய பல்வேறுபட்ட பின்புலங்களிலிருந்து போராளிகள் வருகின்றனர் என்கின்ற கதையையும் வெளிவரச் செய்துவிடுகின்றார். வனத்தின் வனப்பையும் அதன் தனிமையையும் ("கத்தியால் வெட்டி எடுக்கக்கூடிய இருள்" "காட்டின் மௌனமும் அந்த மௌனத்தின் ஒலியும், காட்டின் இருளும் அந்த இருளின் ஒளியும்") அவர் சொற்களில் இட்டுக்கட்டும் விதம் இதுவரை காடுகள் பற்றி எழுதிய எழுத்தாளர் வரிசையிலேயே அவரையும் சேர்த்துவிடத் தூண்டுகின்றது. ஏணைப்பிறை முழுவதும் ஒரு

வலி பரவிக் கிடக்கின்றது. வாழ்வின் இருண்ட பக்கங்கள் வறுமை, இல்லாமை என்கின்ற பெரும் துயர் இதற்குள் வாழத் துடிக்கும் மனிதர்கள் வெகு யதார்த்தமான பதிவுகளின் தொகுப்பாகின்றது. மனிதத் தேடலின் ஒரு பகுதிதான் ஏணைப்பிறை. ஏணைப்பிறை முழுவதும் இழையோடும் தத்துவ விசாரங்கள் வாசிப்பாளனை பலவித கேள்விகளுக்கும், நெருக்கடிகளுக்கும், அந்தரத்திற்கும் உட்படுத்திவிடுகின்றன. ஏதோவொரு வகையான குற்றவுணர்வு பரவுகின்றது. "புற மெய்மைகளைப் படிமங்களாக்கி நிஜ உலகின் உணர்ச்சிக் கொந்தளிப்புகளை வன்மையுடனும் இரத்தத்துடனும் சதையுடனும் உண்மைசொட்ட யதார்த்தமாகத் தரும்போதே ஒரு படைப்பாளியின் படைப்பாளுமை, ஆக்க ஆளுமை தெரியவரும்" (பேராசிரியர் சிவத்தம்பி) என்பதற்குக் கவியழகன் ஏணைப்பிறையில் சான்றாகின்றார்.

144 பக்கங்கள் கொண்ட ஏணைப்பிறையில் இரண்டாம் பகுதி (கதையில் அவ்வாறில்லை) 117இல் இருந்தே தொடங்குகின்றது. அதுவே கதையின் முதன்மைப் பகுதி. முதன்மைக் கரு. ஏணைப்பிறையின் உயிரோட்டமான அக்கா எமக்கு நேரடியாக 124ஆம் பக்கத்திலேயே அறிமுகமாக்கப்படுகின்றார். அதிலிருந்து நூல் முடியும்வரை அக்காவின் கதை வளர்த்தெடுக்கப்படும் விதம் கவியழகனின் கதை சொல்லும் திறனை வெளிப்படுத்துகின்றது. குறுந்துயரக் காவியமாக இருள் படர்ந்து, தூசு மண்டி, மங்கலாகத் தெரியும் அக்காவின் மெலிந்த உயரமும் அதனுள் படர்ந்து இருக்கும் துயரமும் நிழற்படமாக மனதில் படிகின்றது. கதை முடிந்தவுடன் கனத்த இதயமே எமக்கு மிஞ்சுகின்றது. பெரும் துயர் கலந்த மௌனமே நீடிக்கின்றது. இம்மௌனத்தைச் சுரம்பிரிக்குமாறு அன்பு வாசகர்களை வேண்டுவதே எம் பணி. ஈழப் போராட்ட இலக்கியங்களுள் உறையும் சோகம், ஓர்மம், ஈகம் இவையே அறிய வேண்டியவை.

கொழுந்துவிட்டெரியும் துயரக் கொந்தளிப்புகள், அவமதிப்புகளிலிருந்து பிறக்கும் கடும் சீற்றம், உயரிய ஈகங்களை உயிரைத் தற்கொடையாக்கி நிகழ்த்தும் அற்புத மனநிலைகள், விடுதலைப் போரின் உயிர்ப் பக்கங்கள், துணிகரப் போரின் அதிர்ச்சி தரும் நிகழ்ச்சிகள் இவற்றின் பிழிவாக ஈழத் தமிழிலக்கியம் இன்று தமிழ் கூறும் நல்லுலகம்முன் விரிகின்றது.

இன்னமும் எழுதப்படாத பல 'உண்மை மனிதர்கள்' கதைகள் உள்ளன. இவற்றினை அறியவும் ஆயத்தமாகுமாறு உங்களை வேண்டுகின்றோம்.

ஏணைப்பிறையின் ஒரு வரியோடு இத்தொடர்புரையை நிறைவாக்குகின்றோம். "மானிட விடுதலைக்காகப் போராடும், ஆதரவளிக்கும் அனைவரையும் இக்கணத்திலே நினைவில் கொள்கின்றோம். நேசம் உறவுறுவதால் வருவதில்லை. அது நினைவுறுவதால் வருவது."

க.வே. பாலகுமாரன்
மணியரசன் தங்ககம், கிளிநொச்சி
25.12.2006